First Edition by Ezutthu Prachuram: July 2020

ISBN : 978-93-88860-88-8
TITLE NO EP : 125

Ezutthu Prachuram
(An imprint of Zero Degree Publishing)
No.55(7), RBlock,
6th Avenue, Anna Nagar
Chennai - 600040

Website: www.zerodegreepublishing.com
E Mail id: zerodegreepublishing@gmail.com
Phone : 98400 65000

Cover Art : Boopathy Srinivasan
(type faces used in cover:arima madurai,hind madurai, open sans)
Layout : Vidhya Velayudham

மீமொழி

குட்டி ரேவதி

எழுத்து
பிரசுரம்

உள்ளே

முழுமதி

முழுமதி, அன்று தான் தனக்கு இரண்டு தலைகள் இருப்பதை உணர்ந்தாள். எல்லோருக்கும் அது போலத்தான் இருக்கும் என்று அவள் நினைத்துக் கொண்டிருந்தாள். பகலில் ஒரு தலையுடனும் இரவில் வேறு தலையுடனும் தான் மனிதர்கள் வாழ்கிறார்கள் என்று அவள் நம்பிக் கொண்டிருந்தாள். இரவிற்குள், இருளில் கலந்து போகையில் அவள் தலையும் அது சிந்திக்கும் விதமும் மாறிப்போயிருப்பதை உணர்ந்த போது விசித்திரமான கிளர்ச்சி தோன்றியது. ஓடிச்சென்று கண்ணாடியின் முன் நின்று பார்த்தாள். கண்ணாடியில் உருவம் தெரியவில்லை. விளக்கைப் போட்டாள். விளக்கின் வெளிச்சம் பரவியதும் பகலின் உணர்வு ஏற்பட்டு பகலுக்கான தலை அவள் உடல் மீது ஏறியிருந்தது. பதினைந்து ஆண்டுகளாய் இரண்டு தலைகளுடன் வாழ்ந்த அதிசயத்தை மனதில் ஓட்டிப்பார்த்தாள்.

இரவில் தலை அப்பொழுது தான் மலர்ந்திருந்த மலரைப் போல லகுவாகவும் கற்பனைகளுக்கு இடமாயும் இருந்தது. மதிக்கு எதுவுமே உண்மையாக நிகழவேண்டாம். நிகழ்ந்தது போன்ற கற்பனையை மனதில் நிகழ்த்திப் பார்த்து உணர்ந்து இன்புற அல்லது துக்கிக்க முடியும். ஒருவகையில் எல்லா மனிதர்களும் அப்படித்தான் என்று நினைத்திருந்தாள். இரவின் தலைக்கு கற்பனை செய்யும் சக்தியும் திறனும் இயல்பாகவே இருக்கிறது என்று எண்ணியிருந்தாள். மதியின் தலைக்கு

மட்டும் தான் அப்படி. ஏன் இப்படி தனக்கு மட்டும் இரண்டு தலைகள்? பிரசவப் பிழையா? உடலுறுப்புக் குறையா? குறை இல்லை, மிகை. அம்மாவும் அப்பாவும் அவள் கருவுற்றிருக்கும் போதே சண்டை ஏற்பட்டுப் பிரிந்து விட்டார்கள். அம்மா அருண்மொழி, கணவரைப் பிரிந்து வந்து ஒரு பெரிய பங்களாவில் தனியாக வாழ்ந்து வந்த முதிய பெண் எஸ்தர் வில்லியம்சுக்கு செயலாளராகப் பணியாற்றினாள். பங்களாவை ஒட்டியிருந்த குடியிருப்பிலேயே அருண்மொழி குழந்தையுடன் தங்கியிருந்தாள். குடியிருப்பு என்றாலும் பங்களாவின் அத்தனை வசதிகளுடனும் இருந்தது. நாற்காலிகள், கண்ணாடிகள், படுக்கைகள், மெத்தைகள், பாத்திரங்கள் எல்லாம் முறையாகப் பராமரிக்கப்படவேண்டும் என்பதால் அருண்மொழி தங்கியிருந்த குடியிருப்புகளிலும் போடப்பட்டிருந்தன. சூழல், வசதியான சூழல், பங்களாவை ஒட்டிய ஒரு பெரிய மலையும் அதன் அடிவாரப்புனைவுகளும் அருண்மொழிக்கும் முழுமதிக்கும் வந்து சேர்ந்துகொண்டே இருந்தன.

முழுமதிக்குக் கொண்டாட்டமான உணர்வாக இருந்தது. தன் அம்மாவிடம் சொன்னால் உடல்குறைபாடு என்று மருத்துவத்துறைக்குள் இழுத்துச் சென்று அல்லது மருத்துவ ஆலோசகரிடம் இது ஓர் உளவியல் சிக்கல் என்றோ ஆரம்பித்து விடுவாள். முழுமதி, தன் தாயுடன் அந்தப்பங்களாவில் குடியிருக்க வந்திருந்த தொடக்கக்காலத்தில் குளிக்கவோ, அல்லது ஓய்வாக இருக்கையில் சுற்றிப்பார்க்கவென்றோ அருகில் இருக்கும் மலையடிவார ஓடைக்கு முழுமதியை அழைத்துச் செல்வாள். முழுமதியை நீரில் குளிப்பாட்ட, அவள் மூக்கைப்பிடித்து தலையை நீருக்குள் அழுத்தும்போது தலைக்குள் தோன்றும் உணர்வும் சத்தமும் இப்பொழுது அவள் நினைவிற்கு வந்து சென்றன. தலையை உலுக்கிக் கொண்டாள். விளக்கை அணைத்ததும், தூய இருளில் எவரும் ஒருவரையொருவர் உணராத இருப்பில், அந்நியப்பட்டு இருக்கும் வேளையில், அந்தரங்கமான உணர்வுடன் இன்னொரு தலையும் அதன் சிந்தனை வெளிகளும் இன்னொரு தலை சுழன்று வந்து தன் தலைக்கு மேல் நின்றது போல் இருந்தது. முந்தைய தலையுடன் உணர்ந்த அதே மகிழ்ச்சியும் கொண்டாட்ட உணர்வும் பொங்கத் தன் படுக்கையில் போய்ப் படுத்தாள்.

காலையில் எழுந்ததும் பரபரப்பாகச் சமைத்துக் கொண்டிருக்கும் அருண்மொழியைப் பார்த்ததும் முழுமதி புன்னகைத்தாள். 'காலையிலேயே சிடுசிடுன்னு வந்து கிச்சன்ல காஃபி கேக்குற என் மதியா இது!' அருண்மொழியைப் பின்னால் சென்று இடுப்பின் வழியாக அணைத்துக் கொண்டாள், முழுமதி.

'இன்னைக்கு மேடத்த பேங்குக்கு கூட்டிட்டுப் போகனும். ஈவினிங் தான் வருவேன். ஸ்கூல் போயிட்டு வந்து ஸ்னேக்ஸ் சாப்பிட்டுப் பசியாத்திக்கோ. எக்சாம்ல நல்ல மார்க் வாங்குனா மியூசிக் காலேஜ்ல ரெக்கமண்ட் பண்ணி சீட் வாங்கித் தரேன்னு சொன்னாங்க'. முழுமதி அலட்சியக்குரலில், 'செஞ் சிடப்போறாங்க!', என்று சொன்னதும் அருண்மொழியின் முகத்தில் பொய்யான கோபம் தோன்றி மறைந்தது. 'எனக்காக என்னன்னாலும் செய்வாங்க. சொந்தப்பிள்ளைங்க எல்லாம் தன்னை ஏமாத்திருச்சேன்னுங்குற வெறுப்புல தான் அந்த அம்மா யார்க்கிட்டயும் ஒட்டமாட்டேங்குறாங்க. நம்பு. படிச்சி நல்ல மார்க்கு வாங்கு மதி!'

'சரி, சரி', என்று அவசரமாக அந்த உரையாடலை முடித்துக் கொள்ளும் தொனியை உருவாக்கினாள்.

பள்ளிக்கு கிளம்பினாலும் செல்ல மனமில்லாமல் அடிக்கடி கண்ணாடி முன் நின்று பார்த்தாள். எஸ்தர் பேச்சுவாக்கில் சொன்னது நினைவுக்கு வந்தது. 'எனக்கு நிறைய தலை இருந்துச்சி. அவ்வளவு தலைக்கனம். வாழ்க்கை டோற போக்குல ஒவ்வொன்னா கழண்டு போய் இன்னைக்கு ஒன்னு தான் தங்குச்சு'. பல நேரங்களில் எஸ்தர் முன்னுக்குப் பின் முரணாய்த்தான் பேசுவார். தோட்டத்தில் தடியை ஊன்றி நடைபோகையில் துணைக்கு முழுமதியை அழைப்பார். முழுமதி, விருப்பமில்லாமல் அருண்மொழி சைகையால் காட்டும் கட்டாயத்திற்காக உடன் செல்வாள். இன்று கூட அவரிடம் இந்தப் பல தலை விடயத்தைக் கேட்கலாம். இணையத்தைக் கிளறினாள். இரட்டைத்தலை உயிரினங்கள் எல்லாம் அற்புதம், அதிசயம் என்று வியக்கப்பட்டிருந்தன. முழுமதியின் விடயத்தில் அப்படி இல்லை. கண்களுக்கு அவளின் இரட்டைத்தலை தெரிவதில்லை. அவசரமாக, பீரோவுக்கு மேல் இருந்த

பழைய புகைப்படத் தொகுப்பைத் தூசி தட்டி அதில் இருந்த புகைப்படங்களில் எல்லாம் தன் தலையை உற்றுப்பார்த்தாள். ஒன்று போல் தான் தென்பட்டன. தலை சுழன்று இன்னொரு தலையாவது தன் மனப்பிரமையோ என்று எண்ணினாள். இருள் சூழ்கையில், அந்தரம் கவிகையில் தன் தலைக்குள் ஒரு வித புலனின்ப உணர்வும் காட்சியழகும் கூடிய எண்ணங்கள் ஓடத்துவங்கி மென்னடை வேகத்தில் ஒரு வித சுகத்தையும் தருகின்றன என்பதை உணர்ந்தாள். இது வேறு ஏதோ. மயக்கும் ஆச்சரியம். பேசாமல் ஒரு எக்ஸ்ரே எடுத்துப் பார்த்துவிடலாமா என்று கூட எண்ணினாள்.

மாலையில் வந்ததும் அருண்மொழி கோவித்துக் கொண்டாள். முழுமதி பள்ளிக்குச் செல்லாததற்குக் கண்டித்தாள். முன்பே சொன்னால் என்னவாம் என்று கடிந்து கொண்டாள். முழுமதிக்கு அருண்மொழியின் கோவம் உரைக்கவில்லை. மாலை ஒளி மெல்லியதாக மலையின் பின்னாலிருந்து வந்து அவர்கள் குடியிருப்பெங்கும் விழுந்தது. பின் மெல்ல இருள் ஒரு திரையைப் போல வீழ்ந்தது. விளக்கையெல்லாம் ஏற்றிப் படிக்கத் தொடங்கினாள். படிப்பு ஓடவில்லை. கவிதை நூல்களைக் கிளறி, சில கவிதைகளின் சில வரிகளை மனக்கண்களில் ஓட்டிவிட்டு நேரத்தைக் கழித்தாள். இரவு உணவு முடிந்ததும் தன் படுக்கையில் அமர்ந்து விளக்கை அணைத்து மெல்ல தன் தலையின் மீது கவனம் செலுத்தினாள். தலை சுழன்று மறைய தானே இன்னொரு தலை சுழன்று வந்து அந்த இடத்தில் நின்றது. முழுமதி தனக்குத்தானே சிரித்துக் கொண்டாள். இளமை, மகிழ்ச்சி, அழுகை, துக்கம், இழப்பு எல்லாம் துல்லியமான உணர்வுகளாக, காட்சிகளாக அவளுக்கு நினைவில் வந்து கொண்டே இருந்தன. அப்படியே தயா என்கிற தன் வகுப்பு மாணவனின் புன்னகை நிறைந்த முகமும் நினைவுக்கு வந்தது. காட்சி அப்படியே அவன் முகத்தின் மீது நீண்ட நேரத்திற்கு நின்றிருந்தது. மாலை, வீட்டிற்கு ஃபோன் செய்தான். ஏன் பள்ளிக்கு வரவில்லை என்று கேட்டான். வகுப்பு சுற்றுலா அடுத்த வாரம் சனிக்கிழமையும் ஞாயிற்றுக்கிழமையும் உறுதியாகி விட்டது என்று சொன்னான். ‘நீ வர தான?’ என்று கேட்டான். முழுமதி ஃபோனில் பூரிக்கும் புன்னகையுடன் தலையசைத்தாள்.

‘என்ன சொல்ற, வரீயா, இல்லையா?’, ‘ஆமா, வரேன்’ என்று சொல்லிவிட்டு வைத்தாள்.

சுற்றுலாவின் போது தயாவின் மீது இருந்த வழக்கமான ஈர்ப்பு சுத்தமாய் இல்லாமல் போயிருந்தது. ஏதேதோ தன்னைப் பற்றிச் சொல்லவந்தபோதெல்லாம் அவன் நிறைய பேசிக்கொண்டேயிருந்தான். இன்னொருவர் பேச்சைக் கேட்கும், இன்னொருவர் இருப்பைக் கேட்கும் மனோநிலையே இல்லாமல் தற்பெருமையிலேயே ஆழ்ந்து இருந்தான். தான் அவனிடம் பேச நினைத்திருந்ததெல்லாம் மேலே பொங்கிவந்தும் பகிர வழியில்லாமல் அவனுடைய பேச்சைக் குறுக்கிடவும் முடியாமல் அவனிடமிருந்து விலகி விலகி வேடிக்கைப் பார்க்கத் தொடங்கியிருந்தாள். தன் இரண்டு தலை ரகசியத்தின் அற்புதங்களுக்கு இடையே திளைத்து இருந்த முழுமதி, ஒரு நாள் தன் அம்மாவிடம் சொல்லிப் பார்த்தாள். ‘சத்தியமா, அம்மா! ஆனா, அத உனக்கு விளக்க முடியாது!’, என்று சொல்லியபோது, அருண்மொழி, ‘உளறாத. போய்ப்படு!’ என்று அவளுடைய இரண்டாவது தலையின் அனுபவத்தைத் தொடருவதற்கு முற்றுப்புள்ளி வைத்தாள். இதனாலெல்லாம், முழுமதியின் உற்சாகம் தேங்கிப்போகவில்லை.

எஸ்தர் வில்லியம்ஸ், தனக்கு இரட்டைப் பெண் குழந்தைகள் பிறந்த அனுபவத்தை இன்றும் பெருமையாகப் பேசிக்கொள்வாள். அதில் ஒருத்தி எப்பொழுதும் அழுதபடி இருப்பாள் என்றும் இரவு என்றால் வீட்டில் உறக்கமே அற்ற நிலை தான் இரண்டு ஆண்டுகளுக்கு மேல் நீடித்தது என்றும் அது ஒரு கற்பனையான வாழ்க்கை போல இருந்தது என்றும் சொல்வாள். முழுமதி, அடிக்கடி கண்ணாடி முன்னால் நிற்பதைப் பார்த்து அருண்மொழிக்கு இனம்புரியாத கோபம் எழுந்தது. ‘வயசு வந்த பொண்ணு என்னத்துக்கு இப்படி கண்ணாடி முன்னால எப்பப்பாத்தாலும் நின்னுக்கிட்டு இருக்க. உன் உடம்ப விட்டு ஒன்னும் எதுவும் ஓடிப்போயிடாது. நகரு’, என்ற குழப்பமான கோபத்தால் முழுமதியை விரட்டினாள்.

மதி, இரவில் சுழன்று நிற்கும் தலை மீது கவனத்தைக் கூட்டினாள். அப்பொழுது என்னென்ன உணர்வு நிலைகள்

எல்லாம் எழுகின்றன என்று ஒன்றுவிடாமல் டைரியில் எழுதினாள். அவை கவிதைகளைப் போல சொற்களை மேலெழுப்பிக் கொண்டே இருந்தன. பல நேரங்களில் அழகழகான உருவங்கள் தோன்றின. மரங்களும் பறவைகளும் கூடிய சோலை போன்ற இனிய அனுபவம் உணர்வு பெருகியது. காட்டுக்குள் நிற்பது போல் இருந்தது. ஆற்றின் குளிர்ந்த நீரில் மூழ்குவது போல் இருந்தது. இனிய குரல்கள் நிறைந்த சோலையின் வழியே மேலேழுந்து பறப்பது போல் இருந்தது. மலையின் உச்சியில் எல்லா திசைகளிலும் பொன்னொளியும் வண்ணங்களும் படர்ந்த வானம் தெரிய தான் தனியே நிற்பது போல் இருந்தது. உடலெங்கும் இனிய உணர்வுகள் அலைகளைப் போல் எழும்பி அடங்கின. இதைத்தான் எல்லோரும் காமம் என்று சொல்கிறார்களா என்ற சந்தேகமும் முழுமதிக்கு வராமல் இல்லை.

பள்ளிப்படிப்பிற்குப் பின் கல்லூரிப்படிப்பிற்காக வேறு ஊருக்கு நகர்ந்திருந்தாள். அது ஓர் ஆற்றை ஒட்டிய இசைக் கல்லூரி. அம்மா என்ன சொல்லியும் கேட்காமல் இசை தான் படிப்பேன் என்று முழுமதி அடம்பிடித்துச் சேர்ந்தாள். இதற்குக் காரணம், தன்னிடம் இசைத்திறமையும் அதன் மீதான ஆர்வமும் இருந்ததை முழுமதி கண்டறிந்தது மட்டுமில்லை, மற்ற துறைகள் போல இதன் தேர்வுகள் தண்டனைகளாக இருக்காது என்று நம்பினாள். அதே கல்லூரியில் மனோ படிக்கவந்து சேர்ந்திருந்தான். உயரமும் ஒல்லியுமாக அடர்ந்த தாடியுடன் மலர்ந்த கண்களும் கண்ணோரங்களில் மின்னும் குறும்புடனும் சத்தமாய்ப் பேசிச் சிரித்திருக்கும் ஆண்களுக்கு இடையில் மிகவும் அமைதியாக எல்லோரையும் கவனமாய் ஆராய்ந்தபடி இருந்தான். முழுமதி அவனை நெருங்கினாள். இருவரும் அந்த ஆற்றின் கரையில் நீண்ட நேரம் அமர்ந்து உரையாடலைத் தொடங்கினர். விடுதிக்குச் செல்லும் வரை அந்த ஆற்றைப் பார்த்திருப்பதும் அன்றாடங்களை அசைபோடுவதும் வழக்கமாக இருந்தது.

இரட்டைத்தலையின் குதியாட்டங்கள் இந்தப்பருவத்தில் மாறியிருந்தன. அடர்ந்த கானகத்தில் இருளில் நடமாடுவதைப் போலவே இருந்தது. விநோதமான அசைவுகளையும் குரலொலி

களையும் நடமாட்டங்களையும் உணர்ந்தாள். கழுத்தை இறுக்கு வதைப் போன்ற கனவுகள் தோன்றின. தலையும் தானும் தனித் தனியாகக் கிடப்பதை உணர்ந்து தூக்கத்திலிருந்து எழுந்து அலறினாள். அருண்மொழி இன்னொரு அறையில் இந்தச் சத்தத்தால் விழிக்காமல் ஆழ்ந்து உறங்கிக்கொண்டிருந்தாள. பதறி ஓடிச்சென்று விளக்கைப் போட்டால், முகம் கண்ணாடியில் பகலுக்கான பாவனைகளுடனும் மேட்டிமை குறிகளுடனும் தனக்குச் சம்பந்தமில்லாத ஒருவருடையதைப் போலவும் ஒரு மாடலின் வரையறுக்கப்பட்ட முகபாவனைகளுடனும் தெரிந்தது. தன் உடல் மீது இருந்த தலையும், கனவில் தனியாகக் கிடந்த தலையில்லை என்பதை உணர்ந்ததும் ஏதோ ஒருவிதமான ஆறுதல் உணர்வுக்குத் தள்ளப்பட்டு விளக்கை அணைக்காமலேயே படுக்கையில் படுத்து உறங்கினாள்.

அன்று வகுப்பிற்கு மனோ வரவில்லை. முழுமதிக்கு இருப்பு கொள்ளவில்லை. வகுப்பில் பாடங்கள் ஓடவில்லை. எழுந்து வெளியே சென்றுவிடலாம் என்றால் தனக்கு மிகவும் பிடித்தமான ஆசிரியையின் வகுப்பு. தான் இவ்வளவு காலம் ஈட்டியிருந்த நன்மதிப்பைக் குறைப்பது போல் நடந்துகொள்ளக்கூடாது என்று தன்னைத்தானே கட்டாயப்படுத்திக் கொண்டாள. அவ்வப்பொழுது வகுப்பு சன்னலின் வழியே மனோ வருகின்றானா என்று தேடினாள். வகுப்பு முடிந்து அவனுடைய நண்பன் முரளி, முழுமதியை நெருங்கி மனோவின் அம்மாவிற்கு உடல்நலமில்லை என்றும் சொந்த ஊருக்குச் சென்றிருப்பதாகவும் சொன்னான. ஃபோனில் அழைத்தபோது, மனோ பதில் அளிக்கவில்லை. உண்மையில், மனோவைத் தேடவில்லை. அவனிடம் எதையோ சொல்லாமல் விட்டது போன்ற உணர்வு துன்புறுத்திக் கொண்டே இருந்தது. அன்றைய இரவு, தன் தலை என்னென்னவாக எல்லாம் மாறும் என்ற பதற்றம் அச்சுறுத்தியது. வழக்கத்திற்கு மாறான சங்கடங்களைக் கொடுத்தது. சீக்கிரமே உறங்கிவிட முடிவெடுத்துப் படுத்துக் கொண்டாள்.

சில நாட்கள் கழித்து மனோ வந்தான். அவன் வந்ததும், வகுப்பு தொடங்கக்காத்திருக்கும் மாணவர்களுக்கு இடையே, முழுமதியை வெளியே அழைத்தான். இப்படி அழைப்பது வழக்கம் இல்லை என்பதால் எல்லோரின் முகத்திலும் ரகசியமான

புன்னகை படர்ந்து வகுப்பறையைக் கூசச்செய்வதாக்கியது. முழுமதி, அவனுடைய காந்த அலைகளால் மனோ என்ற கடலுக்குள் இழுக்கப்பட்டது போல் அவன் பின் சென்றாள்.

வழக்கமாக அமரும் மரத்தின் அடியில் வந்தமர்ந்து கொஞ்ச நேரம் இருவருமே அமைதியாக இருந்தனர். அந்த அமைதி தான் இருவருக்குமே தேவைப்பட்டது என்பது போல மனோவைக் காணாதபோது இருந்த பதற்றங்கள் எல்லாம் தணிந்து ஆற்றில் இழுக்கப்படும் நீரைக்கவனித்தபடி மனதில் எந்த எண்ண ஓட்டமும் கொந்தளிப்பும் இல்லாதது போல இருந்தாள். மனோவிடம் தன் இரட்டைத்தலை அனுபவங்களைப் பகிர்ந்து கொள்ள விரும்பினாலும் ஏனோ தயக்கமாக இருந்தது. அந்த அளவிற்கான நெருக்கத்தை இன்னும் ஏற்படுத்திக் கொள்ளவில்லை என்று தனக்குத்தானே கூறிக்கொண்டாள். மனோ ஏதோ திடீரென்று நினைத்தவன் போல வரும் சனிக்கிழமை இருவருமாக சதுரகிரிக்குப் போகலாமா என்று கேட்டான். முழுமதியும் உற்சாகமாகத் தலையை அசைத்தாள்.

அன்று பௌர்ணமி என்பதால் மலையேறும் பகுதியில் ஆங்காங்கே கூட்டங்கள் மேல்நோக்கி நகர்ந்தபடியிருந்தன. அதிகாலைப் பனியின் இறுக்கமும் எங்கெங்கும் பொழிந்த பனியும் முழுமதியையும் மனோவையும் ஒருவருடன் ஒருவரைப் பிணைக்கச் செய்திருந்தது. மலை ஏற்றத்தில் மூச்சிரைக்க நடக்க வேண்டியிருந்தது. அடர்ந்த மரங்களின் ஊடே கீழே வந்து வீழ்ந்த சூரிய ஒளி மர்மமான மேல் தேசத்திலிருந்து இனம் பிரித்து அறிய முடியாத கிளர்ச்சிகளை இருவருக்கும் கொடுத்துக் கொண்டிருந்தது. கண்களும் தசைகளும் பற்றியெரிந்தன. கடவுளை வழிபடும் எண்ணமோ அதற்கான மனஓட்டங்களோ தேவைகளோ அவர்களுக்கு இருக்கவில்லை. எங்கெங்கும் பரவிய தமிழிசையின் ஒலிக்கு இடையே இருவரும் மௌனித்துக் கிடந்தனர். மாலை வந்தது. எல்லோரும் மலையை விட்டு இறங்கத் தொடங்கி இருந்தனர். வந்த கடமை முடிந்த வேகத்திலும் இருட்டிற்குள் தரை உலகத்தை எட்டிவிட வேண்டும் என்ற எண்ணமும் மேலோங்கி இருந்தது.

முழுமதியும் மனோவும் அங்கே தங்கிவிட்டு காலையில் இறங்கிக் கொள்ளலாம் என்று முடிவெடுத்தனர். ஒரு பாழடைந்த

மண்டபமும் அதை ஒட்டி ஏறிய சில பாறைகளும் அதைப் பின்னொட்டி இருந்த மலையும் பாதுகாப்பு உணர்வைத் தந்தன. மலையேறிய களைப்பில் சிலர் மண்டபத்திலேயே உறங்கிப் போயிருந்தனர். சட்டென்று, முழுமதி எதிர்பாராத ஒரு கணத்தில் மனோ அவள் கையைப் பிடித்துக் கொண்டு பாறைகளின் மறைவிற்கு அழைத்துச் சென்றான். முழுமதியும் அவன் பின்னால் ஒரு குழந்தையைப் போல் ஓடிச்சென்றாள். இரவின் குளிரும் களைப்பும் தீவிர இதயத்துடிப்பும் இருவரையும் அலைக்கழித்த மனவேகமும் இந்தத் தருணம் வரை வேறாக இருந்தன. மனோ, அவளைத் தன் உடலுடன் இணைத்துக் கொண்டான். மூர்க்கமாக அணைத்தான், அவள் உடைகளை அவிழ்த்தான். சில்லிட்ட பாறைத்தரையில் கிடத்தினான். மனக்கிறக்கத்தில் அவன் செயல்களுக்கெல்லாம் இணங்கிக் கொண்டிருந்தாள். என்ன நிகழ்கிறது என்று உணரும், அறியும் மன ஓட்டம் முழுமதியிடம் சுத்தமாக இல்லை. அன்றைய இரவின் உறவில் முழுமதி மனோவைத் தனக்குள் அனுமதித்திருந்தாள். தன் இன்னொரு தலையின் அனுமதியின்றி இது நடந்ததைப் போல் தன் உடலில் ஒட்டியிருந்த தலை சுழன்று விலகியது.

அதிகாலையே முழுமதி விழித்துவிட்டாள். இன்னும் சூரியன் எழவில்லை. மனோவும் அயர்ந்து உறங்கிக்கொண்டிருந்தான். சுற்றிலும் சூழ்ந்த பனியும் குளிரும் இன்னொருவரின் உடல் அணைப்பை இப்பொழுது கேட்கவில்லை. தனியாக உலவிவந்தால் மனதிற்குத் தெம்பாய் இருக்கும் என்று உணர்ந்து மலையிறக்கத்தில் நடக்கத் தொடங்கினாள். உடலிலிருந்து பெரிய எடை குறைந்தது போல இருந்தது. கொஞ்ச நேரத்தில், சற்று தூரத்தில் மனோ தன்னைத் தொடர்ந்து வருவதை மலைப்பாதையின் திருப்பத்தில் பார்த்தாள். இருவரும் ஒருவரை ஒருவர் நோக்கிப் புன்னகைத்துக் கொண்டனர். மனோ, மதியின் தோளில் கைகளை இணக்கமாய் வைத்து தன்னுடன் இழுத்து அணைத்துக் கொண்டான். தங்கள் இருப்பிடங்களை நோக்கிப் பயணித்தனர்.

வீட்டிற்கு வந்த முழுமதி, அன்று இரவு தன்னுடைய இரண்டாவது தலை கழன்று காணாமல், இல்லாமல் போயிருந்ததை உணர்ந்தாள். விடிய விடிய அழுதாள். தலை

காணாமல் போனதற்காகத் தான் அழுதது மகிழ்ச்சியின் விளைவா, துயரின் விளைவா என்று அவளால் எப்பொழுதுமே உணரமுடியவில்லை. அவளுக்கு இன்னொரு தலை இருந்ததால் , வழக்கம் போல் எல்லோருக்கும் இருக்கும் ஒரு தலை அவளுக்கும் இருந்ததால் இந்தப்பிரச்சனை உலகத்தில் எவருக்குமே தெரியாமல் போயிருந்தது.

*

கந்தகப்பூ

‘**எ**ன்னைத் தொடாத...ப்ளீஸ் பக்கத்தில வராத!’

‘காலையில இருந்து இப்படித்தான் சொல்லிக்கிட்டு இருக்க! ஏன்னு சொல்லு. நான் ஏன் உன்ன தொடக்கூடாது!’

‘தொடாத! அவ்வளவு தான்!’

கொஞ்சம் யோசித்தவன் என் கண்களுக்குள் தொடர்ந்து பார்த்தபடியே என்னைக் கேட்டான். ‘யாரையாவது விரும்புறியா?’

நான் மௌனித்தேன். ஆழமான மௌனம். என் உடல் ஒரு சுழலில் சிக்கிக்கொண்டது போல் இருந்தது. காதல் எனக்குப்பழக்கம் இல்லை. ஆண்கள் எனக்குப்பழக்கமே இல்லை. என்னுடைய தோழிகள் பலருக்குத் திருமணமாகி எல்லோரும் அவரவர் ஆண்களின் கதைகளை என்னிடம் பகிர்ந்துள்ளனர். என்னை இதுவரை யாரும் தொட்டதே இல்லை. ஆணின் தொடுகைக்கு நான் ஏங்கியவள் இல்லை. ஆனால், அது அருகில் வரும்போது நின்று நிதானித்து அதன் ஒவ்வோர் அசைவையும் ஓர் இரையைப் போல கவ்வி எடுத்துக் கொள்ளும் உடலாக மாறவேண்டும் என்று ஏனோ தோன்றுகிறது.

'யாரையாவது விரும்புறியா? சாரி!' என்று விலகப் போனவனின் அசைவின் லயத்திலேயே என் உடலும் அசைந்து அவனுடன் நகர்ந்தது போல் இருந்தது. அவன் கண்கள் என் கண்களுடன் இணைத்து தைக்கப்பட்டாற் போல இருந்தது. என் உடலை அவன் வேறெங்கும் மேயவில்லை.

'உனக்கு ஒன்னு தெரியுமா?'

'என்ன?'

'நீ பெரிய அழகி தான். ஆனா, உன் கண்களுக்கு முன்னாடி நீ கூட அவ்வளவு அழகி இல்லை. நீல வானம் விழுந்து கிடக்குற கடல் மாதிரி. கொள்ளை அழகு. பாத்துக்கிட்டே இருக்கலாம்!'

அவன் சொல்லும் விதத்தில் அவன் கண்கள் தான் எனக்கு அழகு போல் தோன்றியது. அடர்ந்த கருப்பினூடே வெள்ளைப் படலமும் கருவிழியில் இருந்த கூர்மையும் என்னிடம் நேராகப் பேசு என்று உத்திரவிடும் செம்மையைக் கொண்டிருந்தன.

'ஏன் நான் உன்னத் தொடக்கூடாது? நீ என் அண்ணியோட தங்கை. வீட்ல கேட்டா வேண்டாமின்னா சொல்லப்போறாங்க!'

'நாளைக்குக் காலையில தான் கல்யாணம். அதுக்குள்ள அண்ணி, கொழுந்தியான்னுக்கிட்டு இருக்க!'

அவன் அருகாமையை விட்டு விலகக் கொஞ்சமும் மனம் இல்லாத, அதைக் காட்டத்தெரியாத என்னிடமிருந்து விலகிப் போனான். அந்த இரவு முள் படுக்கையைப் போலிருந்தது. கண்களில் எல்லாம் முட்களைக் கொட்டிவைத்துவிட்டுப் போய்விட்டான் என்று தோன்றியது. எந்தக் கற்பனையும் இல்லை. தொடுகைக்குப் பழகியவள் இல்லை. சினிமாவில் காதலர்கள் தொட்டுக்கொள்வதை என் பருவ வயது வரை அவர்கள் தனித்தனியே தொடுவது போல் நடிக்க வைத்து, வெட்டி ஒட்டவைத்துவிடுவார்கள் என்று சொல்லியபோது அனிதா உரக்கச்சிரித்தாள். எனக்கு எதுவுமே தெரியாத மக்கு என்றாள். மெல்ல மெல்ல காதல் காட்சிகளை உற்று நோக்கத் தொடங்கினேன். ஆமாம், அவர்கள் நெளிவு சுழிவுடன் ஒருவரை யொருவர் தொட்டுத்தான் ஒட்டித் தான் நடிக்கிறார்கள்.

திருமணம் முடிந்து எல்லோரும் வீட்டிற்குள் வந்து பாலருந்தி, பழமருந்திக்கொண்டிருந்த சிறிய மௌனத்தில் எந்த முன் தயாரிப்பும் இன்றி, எல்லோர் முன்பும் சுதாகர் போட்டுடைத்தான். ‘அப்படியே எங்க கல்யாணத்தையும் முடிச்சிருங்க! இன்னும் பதினைஞ்சி நாள் தான் லீவு எனக்கு!’ அதை எப்படி எதிர்கொள்வது என்று எவருக்குமே தெரியவில்லை. சுதாகரின் அண்ணன் தான் அந்த மௌனத்தையும் அதிர்ச்சியும் கலைக்கும்படிச் சிரித்தான். அவன் அருந்திய பால் புரையேறச் சிரித்தான். அக்கா மாலினி வெட்கத்துடனும் கோபத்துடனும் என்னைப் பார்த்தாள். இதெல்லாம் எப்பொழுது எப்படி நடந்தது என்ற கேள்விகளைத் தவிர அவளிடம் எதுவும் இல்லை. சலனங்களற்ற மனமும் நடத்தையும் கொண்டவள், மாலினி.

மீண்டும் தடபுடலான திருமண ஏற்பாடு. அக்காவின் திருமணம் முடிந்த ஒருவாரத்திற்குள்ளாகவே எல்லாவற்றையும் மீண்டும் செய்வதில் அப்பாவிற்குச் சிரமம் இருக்கவில்லை. அம்மாவுக்கு சொல்லமுடியாத மகிழ்ச்சி. அப்பாவிற்கு ஓர் இராணுவ ஆளைக் கல்யாணம் செய்து கொள்வதில் கொஞ்சம் கவலை இருந்தது. என் அறையின் உள்ளே புது வெளிச்சம் பீறிட்டது போல் இருந்தது. நான் சுதாகரை என் அறைக்கு அழைத்தேன். தொட அனுமதித்தேன். அவன் முத்தமிட்டான். உடல் முழுக்க முத்தமிட்டான். முதலில் ஏன் தன்னைத் தொட அனுமதிக்கவில்லை என்று கேட்டான். வெளிப்படையாக, நான் மகிழ்ச்சியான திறந்தமனநிலை பெண் போன்று தோன்றினாலும், உண்மையில் அப்படி இல்லை. எல்லோரிடமும் கலகலப்பாகப் பழகுவேன். ஆனால், நெருங்கமாட்டேன். இதுவரை என்னை யாரும் தொட்டதில்லை, நானும் தொட விரும்பியது இல்லை. அப்படி ஒரு சந்தர்ப்பம் நிகழ்ந்ததே இல்லை. சினிமாவில் கதாநாயகியும் நாயகனும் தொடும்போதெல்லாம் அது உடலுக்குள் ஓர் அருவியைப்பாய்ச்சும் உணர்வைத் தருமே தவிர, அது எப்பொழுது எப்பொழுது என்று காத்திருந்தேன் என்பதை அவனிடம் சொன்னேன்.

‘இப்ப எப்படி இருக்கு?’ என்று கேட்டான்.

‘ஒரு கடல் வீட்டுக்குள் பூந்தது மாரி இருக்கு!’ என்று சொன்னேன். சிரித்தான். என் மார்பில் தலைவைத்து

தழுவினான். தொடர்ந்து நான்கு நாட்கள் யாருக்கும் தெரியாமல் வெவ்வேறு இடங்களில் சந்தித்து உறவு கொண்டோம். ஒரு முறை தொட்டபின், தொடக்கொடுத்த பின் உடல் அடங்காது திமிர்ந்து கொண்டே இருந்தது. அதை அடக்க நான் பெரும்பாடு பட்டேன். அம்மா, அக்கா, அப்பா யார் பேசுவதும் எதுவும் முழுவதுமாக என் காதில் சென்று விழவில்லை. அரைகுறையாக, அல்லது கேட்டது புரிந்தவிதத்தில் தலையசைத்தேன். என் முகூர்த்தப்புடவையைக் கூட முழுவதும் எனக்குப் பிடித்த விதத்தில் நான் தேர்ந்தெடுத்தேனா என்ற கவனம் இல்லை. சுதாகரின் பொன்னுடல், தசையுடல், உணர்ச்சியுடல்.

சுதாகர் உரையாடலில், படுக்கையில், தொடுதலில் நெகிழ்ச்சியாக இருந்தான். முதலில் நான் பேசவும் நான் கேட்கவும் காத்திருந்தான். உடலில் ஆதிக்கமும் மனதில் கோரிக்கையும் இருந்தன. ஈருடல்களும் இழைந்து பிணைந்து கிடந்தன. ஒவ்வொரு முறை பிரியும் போதும், வெட்டுப்பட்ட காயத்தைப் போல இரத்தம் வழியப் பிரிந்தன.

அன்று எல்லோரும் கல்யாணத்திற்கு வேண்டிய பலகாரம் செய்ததால் வீடு பெண்களால் நிறைந்திருந்தது. சுதாகருக்கு வீட்டிற்கு வர, தயக்கமாக இருந்தது. ஆனால், மீண்டும் மீண்டும் ஃபோன் செய்து கொண்டே இருந்தான். பார்க்கவேண்டும், கட்டிப்பிடிக்கவேண்டும், எல்லாம் செய்யவேண்டும் என்றான். முரண்டு பிடித்தான். வெளியில் எங்கு சந்திப்பது, அதுவும் அவன் விரும்பியபடியெல்லாம் நடக்க, நான் விரும்பியபடியெல்லாம் செய்ய முழுவதுமாய் இணைய என்று யோசித்து முடிவதற்குள் பைத்தியம் முற்றியது. காமம், இவ்வளவு பித்தம் கூட்டும் விசயம் என்ற எந்தத் தோழியும் சொன்னதில்லை. அக்கா எப்படிக் கட்டுப்பாடாக இருக்கிறாள். முதலிரவுக்குப் பின் அவர்களைத் தொடர்ந்து கவனிக்கிறாள். அத்தான் தான் அவளைக் கூட்டத்திற்கு இடையே தேடித்தேடிப் பார்க்கிறாரே தவிர, அக்கா தன் பார்வையில் எந்தப்புதிய கவனத்தையும் காட்டுகிறாள் இல்லை. முடிவில், அவன் நண்பன் ஒருவனின் அறை ஒன்றின் சாவியைப் பெற்று வந்திருந்தான். அதற்கு கொஞ்ச தூரம் நடக்கவேண்டியிருந்தது. ஆட்டோவில் வந்தால் யாரும் கவனித்துவிடுவார்கள் என்று இயல்பாக நடந்து

சென்று வீட்டிற்குள் நுழைந்துவிட்டேன். அவன் வாகனத்தில் வந்திருந்தான். எங்கள் உறவு நீர்மயமாய் ஆனதை உணர்ந்தேன். எதுவும் துருத்தாத, எதுவும் கெட்டிப்படாத, எதுவும் தடைபடாத தோலில் சுரந்த வியர்வையைப் போல் இதழ்களில் கலந்த எச்சிலைப் போல், விந்து சுரோணிதம் போல் நான் எதற்கும் காத்திருக்கவில்லை. முன்பின்னாய் யோசிக்கவில்லை. இருவரும் நில்லாது ஓடும் ஆற்றில் சேர்ந்தது போல் அதன் ஓட்டத்தில் ஓடிக்கொண்டிருந்தோம். உடலும் காலமும் எங்களைச் செலுத்திக் கொண்டிருந்தது. அம்மா கடிந்து கொண்டாலும், அவளுக்கு நான் எங்கு போயிருப்பேன் என்று கணித்துவிட்டாள் போலத்தோன்றினாள். கல்யாணத்திற்குப் பின் சுதாகர் நிறைய நாட்கள் இங்கிருக்கமாட்டான் என்பதைக் காரணம் வைத்து நாங்கள் இருவரும் ஒருவரையொருவர் நுகர்ந்து கொண்டோம், நுகர்ந்து கொண்டே இருந்தோம். ஃபோனில் எப்பொழுதும் கொஞ்சலும், காதலும், மோகமும்.

உடலின் பல்லாயிரம் உணர்ச்சிகளில் நான் திளைத்துக் கிடந்தேன். அக்கா, அத்தான் வீட்டிற்கு நகர்ந்துவிட்டாள். என் திருமணத்திற்கு மீண்டும் வருவதாய்ச் சொல்லிச்சென்றாள். அப்பா, கொஞ்சமும் குறைவில்லாமல் எனக்குச் செய்வதில் ஈடுபட்டார். அக்காவை விட என் மேல் ஒரு படி கூடுதலாக அக்கறை எடுத்துக்கொள்வதாகப் பட்டது. என் அறையில் இருந்த நிறைய பழைய சாமானகளை வெளியிலேற்றி என் அறையைத் தூய்மை செய்தேன். முதலிரவு என் அறையில் நடக்கவேண்டும் என்று சொன்னேன். முதல் மாடியில் இருக்கும் அறை என்றாலும் அதன் ஜன்னல் பின்னால் கடலை நோக்கி இருக்கும். பொங்கும் கடல் சத்தமும் கண்கூசும் வெளிச்சமும் தூரத்தில் தெரியும் அலைவும் போன்றதொரு மனநிலையில் தான் இருந்தேன்.

அவன் உடல் தீவிர உடற்பயிற்சியாலும் ஆரோக்கியத்தாலும் இறுகி உறுதியாக இருந்தது.

என் உடல் முழுக்கவும் ஒப்புக்கொடுத்த குழைவினாலும் தின்று தூங்கிய சோம்பேறி வாழ்வினாலும் இன்பம் ஊறிப்போய்ப் பாகாக இருந்தது.

இந்தக் களியாட்டத்திற்கிடையில் கல்யாணமோ அது சம்பந்தமான உறவின் வருகைகளோ தீண்டல்களோ விமர்சனங் களோ எனக்கு ஒரு பொருட்டாகவே இல்லை. கல்யாணத்தின் பொழுது மாலை மாற்றிக்கொள்ளும்போது சுதாகருக்கும் எனக்கும் எங்கிருந்து தான் வந்ததோ தெரியவில்லை. அப்படி ஒரு சிரிப்பு கொப்பளித்து வந்தது. திருமணமண்டபமே அந்தச் சிரிப்பை வேடிக்கை பார்த்தது. அத்துடன் அந்தச் சிரிப்பு ஒரு மின்சாரம் போல அரங்கெங்கும் பரவி வெளிச்சமூட்டியது. நில்லாமல், சில நிமிடங்களுக்குத் தொடர்ந்த சிரிப்பைப் பார்த்து, அம்மா, 'இந்தப்பொண்ணுக்கு மருந்துக்காவது வெக்கம் இருக்கா பாரு?' என்று ஆதங்கப்பட்டாள். அரங்கில் இருந்த என்னுடைய தோழி வசந்தி, இந்தச் சிரிப்பில் இருப்புக் கொள்ளாமல் மேடைக்குத் தன் கைக்குழந்தையுடன் எங்களிடம் ஓடிவந்தாள். தாம்பாளத்தில் இருந்த ஜாங்கிரிகளை எடுத்து ஆளுக்கொன்றாய் நீட்டினாள். அவள் கண்களில் ஆனந்தக்கண்ணீர் வழிந்தது. என் நெஞ் சத்தின் பரவசத்தை உணர்ந்து முழுதும் எதிரொளிக்கக்கூடியவள் இந்த உலகில் அவள் ஒருத்தியே என்பதை நான் அறிவேன். சுதாகர் கூடச் சட்டென்று ஒரு கட்டத்தில் தன் சிரிப்பை நிறுத்திவிட்டான். என்னால் நிறுத்தவே முடியவில்லை. சுதாகர், தன் கழுத்தில் கிடந்த குழைவான மாலையுடன் இடுப்பில் கைகளை வைத்துக்கொண்டு அரங்கத்தினரையும் என்னையும் மாறி மாறிப்பார்த்து வியந்தான்.

'இங்க பாருங்களேன், இவளை!' என்ற தொனி அவன் நிற்கும் ஒயிலில் இருந்தது. அங்கேயே அவனிடம் உறவு கொள்ள வேண்டும் போல் கிளர்ச்சியை எழுப்பியது அந்த ஒயில்.

என்னை மேடையிலிருந்து கைப்பிடித்து அழைத்துக் கொண்டு போய், கூட்டத்தில் இருக்கும் ஒவ்வொருவர் முன் நின்றும் கைகூப்பி வணங்கினான். இது புதுமாதிரியாக இருந்தது. வந்திருந்தோர் எல்லோரிடமும் அவனை மிகவும் நெருக்கமாக்கியது. ஒவ்வொரு உறவினரும் கண்களில் முழுஆவலுடன் எங்களை எதிர்நோக்கிஇருந்து எங்களிடம் தங்களின் அவாவை முழுதுமாகப் பகிர்ந்தனர்.

அப்பாவிற்கு சுதாகரின் மேல் மதிப்பு கூடியது. ஒரு பட்டு சால்வாயை எடுத்து வந்து சுதாவின் தோளில் இட்டு

மேடைக்கு மீண்டும் அழைத்துச் சென்றார். கொஞ்ச நேரம் அந்தக் கல்யாண அரங்கமே ஏதோ புதிய உலகத்தின் கதவுகளைத் திறந்து விட்டாற்போன்ற உணர்வலைகளில் சிக்கித் தவித்தனை த உணர்ந்தேன். நான் நொடிக்கு நொடி அவனைப் பார்த்தேன். அவன் ஒவ்வொரு அசைவையும் ரசித்தேன். தனியறையில், என் உடலைத் தீண்டிச்சுவைத்தவனா , தன்னை ஒப்படைத்துக் கிடந்தவனா இவன் என்று ஒப்பிட முடியாத அளவிற்குக் கம்பீரமும் தயவும் நிறைந்தவனாய் இருந்தான். அவன் உதடுகள் ஒளிபட்டு செம்பழுப்பாக இருந்தன. சுவைப்பதற்கான இச்சையைத் தூண்டிக் கொண்டே இருந்தன.

திருமணம் முடிந்த பின், நாட்கள் சரசரவென பாய்ந்து நகர்ந்து காட்டின் சருகுகளுக்குள் மறைந்த பாம்பென ஓடி மறைந்தன. மிகுந்த துக்கமும் பிரிவின் வேதனையும் சூழ்ந்தது. அவன் மீண்டும் விடுமுறை கிடைத்து வர, ஒரு ஆண்டேனும் ஆகும். முன்னூற்று அறுபத்தைந்து நாட்கள். நான் எப்படி இருக்கப் போகிறேன், அவன் எப்படி இருக்கப் போகிறான். சுதாகர் தன் அம்மாவிடம் சென்று அவள் மனதிற்குப் பழகும் வரை, அவள் எந்த வீட்டில் இருக்கவிரும்புகிறாளோ அங்கேயே இருக்கட்டும் என்று சொன்னான். எல்லோரும் அதை ஒத்துக்கொண்டனர். பிரிவின் முன்னால் எதுவும் நியாயமாக இருந்தது. சுதாகரின் அம்மா கொஞ்சம் இறுக்கமான, அதிகாரமான பெண் தான் என்பதை அக்கா சில நாட்களின் அனுபவத்திலேயே சொல்லியிருந்தாள்.

முதலிரவு நடந்த என் அறையிலேயே நான் இருக்க விரும்பினேன். இப்பொழுது, காய்ந்த ரோஜாவின் இதழ்கள் அறையில் காற்றடித்து நகர்ந்துகொண்டிருந்தன. சுதாகர் கிளம்பும் தினம் நான் அழவே இல்லை. அழுகை முட்டிக்கொண்டு வந்தாலும், ஏதோ மனதின் அடியில் நிறைவின் முழுமையை அவன் காட்டியிருந்தான். நாங்கள் நிறைய பேசியிருந்தோம். அது உடலின் பிரிவே என்றும் அது மட்டுமே இந்த உறவு இல்லை என்பதையும் உரையாடியிருந்தோம். சந்தித்த குறைந்த காலத்திலேயே இவற்றைச் சாத்தியமாக்கியவை உடல் மீறியவை என்பதை அணுஅணுவாக நிர்வாணமாகக் கிடந்தும், முழு அலங்காரத்துடன் மணக்கோலத்தில் நின்றும் பேசியிருந்தோம்.

மேடையில் மணக்கோலத்தில் நிற்கும்பொழுது எங்களின் மணக்கோலத்தை ஒரு பார்வையாளன் போல உணரவும் நாங்கள் வாய்ப்பெடுத்துக் கொண்டோம். திருமணத்திற்கு முன் உடலுறவு கொண்டதாலேயே, திருமணம் என்ற அதிகார, சம்பிரதாயமான சடங்குமுறையின் கட்டுமானங்கள் காட்டிய முன் அபிப்ராயங்களில் நாங்கள் வீழ்ந்துவிடாது இருந்தோம்.

ரயிலில் ஏறியதும் உறவினர்கள் எல்லோரும் விலகி நின்றனர். 'ஒவ்வொரு நொடியும் நான் உன்னையத் தான் நெனைச்சிக்கிட்டே இருப்பேன். இந்த உசிரு உங்கிட்டத்தான் இருக்கு. உடம்பு மட்டும் தான் போவுது! இல்ல, இல்ல, உசிரு மட்டும் தான் போவுது, உடம்பு உங்கிட்டத்தான் இருக்கு!' என்று சொன்னான். அப்பொழுது சரியாக, எங்கிருந்தோ காற்றில் கலந்த தூசி ஒன்று என் கண்ணில் வந்துவிழ, கண்ணை உறுத்த நான் கண்களைக் கசக்க கண்ணீர் வழிந்தது. நான் சுதாகரின் பிரிவில் அழுததாய் நினைத்தனர் எல்லோரும். அவன் சொன்ன வரிகளிலேயே தைத்துக் கிடந்தேன். மழை பெய்து ஓய்ந்திருந்தது. இப்பொழுது தான் இவ்வளவு நாட்களாகக் கவனிக்கத்தவறியிருந்த மரம், பச்சை இலைகளைக் கவனித்தேன். வானத்தைக் கவனித்தேன். மேகப்பிளவுகளுக்கு இடையே ஒளிந்து ஒளிந்து நகர்ந்த சூரியனைக் கவனித்தேன். அம்மாவின் மேல்வாயில் உருவாகிக் கனன்று கொண்டிருந்த சிறிய வேனல் கட்டியைக் கவனித்தேன். அக்காவின் முகத்தில் பூத்திருந்த புதிய சூரியன் போன்ற பொலிவைக் கவனித்தேன். அவள் முன்பெப்போதையும் விட அதிகமாகச் சிரிப்பதையும் கவனித்தேன். அப்பா, என்னிடம் இருந்து கொஞ்சம் விலகி நின்று பேசத்தொடங்கியிருந்தார். ஆனால், முன்பை விட அதிகக் கனிவாகவும் மரியாதையுடனும் பேசினார். உலகமே ஓய்ந்து போன நிலையில் இருந்தது. பக்கத்துவீட்டு வம்சி என்ற அந்தக் குட்டிப்பையனை மறந்து போயிருந்தேன். வீட்டின் பின்பக்கம் சுவரையொட்டி ஒரு புதிய வாஷ்பேசினை உருவாக்கியிருந்தார்கள், விருந்தினர்கள் கை கழுவ வசதியாக இருக்கட்டும் என்று. என் சூழலில் இதுவரை நான் மறந்துபோயிருந்தோர் எல்லோரும் கொஞ்சம் கொஞ்சமாய் இப்பொழுது தான் தெளிவாகத் துலங்கத் தொடங்கினார்கள். சுதாகரின் அம்மா, இன்னும் இரண்டு

வாரங்கள் என்னுடைய வீட்டில் இருக்கலாம் என்றும் பின எப்பொழுது வேண்டுமானாலும் அவர்கள் வீட்டில் சுதாகர் வீட்டில் வந்து தங்கிக் கொள்ளலாம் என்றும் கூறினார். அவர் முகத்தில் மூக்கிலும் உதட்டின் கீழிலும் மச்சம் தெரியும் படியாகத் திடமாக இருந்தது. சுதாகரின் அப்பா, அவர் மனைவியை எப்பொழுதும் தொட்டுத்தொட்டுப் பேசினார். அவர்கள் இருவருக்கிடையே ஒருவரையொருவர் கண் நோக்கிப் பேசும் வழக்கம் இருப்பதைக் கவனித்தேன். இதே பழக்கம் தான் சுதாகரிடமும் என்று ஏனோ தொடர்புப்படுத்திப் பார்க்கத் தோன்றியது, அவன் அங்கு இல்லாத போதும்.

*

கற்பூரம்

என் அருகில் உள்ள இருக்கையில் வந்து அமர்ந்ததிலிருந்தே அவள் மீது ஒரு நறுமணம் வீசிக்கொண்டிருந்தது. ஒரு செயற்கையான நறுமணம் இல்லை. கருத்த நிறம், இரண்டு காதுகளிலும் பொன்னிறத்தில் தொங்கி அவள் அசைவுகளுக்கு ஏற்ப ஆடும் காதணி, முகத்தின் மீது வீசும் இடையறாத புன்னகை, பேசும் போது இன்னும் அழகாய்க் குழிந்த, மூக்கிற்கும் உதடுகளுக்கும் இடையே அழகான பள்ளம். யாரையோ தேடிக் கொண்டேயிருந்தாள். பின்னும் முன்னும் இருக்கைகளின் உயரம் தாண்டிய வெளியில் அவளுடைய கண்கள் அலைந்து கொண்டே இருந்தன. எனக்கு அருகே அவள் கொண்டிருந்த பரிதவிப்பில் ரயிலே இன்னும் புழுக்கமாய் மாறி இருந்தது.

தொடர்ந்து ஆறாவது வாரமாய் இதே வேளையில் இந்த ரயிலில் பயணிக்கிறேன். வைகை எக்ஸ்பிரஸ். மற்ற ரயில்களை விட, வேகமாய் திருச்சிக்குச் சென்று விடும் என்பதால் இந்த ரயிலிலேயே பதிவு செய்திருந்தேன். காலை வேலைகளை எல்லாம் முடித்துவிட்டு, வண்டி ஏறினால், மாலையில் சென்று இறங்கிவிடலாம். ஒவ்வொரு முறையும் வேறு வேறு காரணங்களுக்காக. இந்த முறை கன்னியாகுமரியிலிருந்து தனியே பயணப்பட்டு வரும் அம்மாவை திருச்சி ரயில் நிலையத்திலிருந்து வீட்டிற்கு அழைத்துச் செல்லவேண்டும். அவர் வர எட்டு மணியாகிவிடும். ரயில் நிலையம் மை இருட்டாகிச் சில

நடைபாதைகள் வெறிச்சோடிக் கிடக்கும். சில நடைபாதைகள் ஆங்காங்கே குழுமியிருக்கும் பயணிகளுடன் இருக்கும். ஏதோ ரயில் வந்து அவர்களை அள்ளிச் செல்லும். என்னுடைய இந்தக் காலங்கள் தன்னளவில் மனதில் எதையும் சுமையாக நினைக்காத ஒரு காலமாக இருந்தது. ஒருவேளை, அந்த அளவிற்கு வாழ்வின் சுமைகள் அதிகமாகிக் கொண்டிருந்ததால், கூட இருக்கலாம். தாங்கும் ஆற்றலும் அவற்றைப் பளுவாக நினைத்துப் பலனில்லை என்ற எண்ணமும் கூடியிருந்தன.

மேலும், தமிழ் நாட்டின் புவியியல் பரப்பில் கூடும் மாற்றங்களையும் விதவிதமான அழகுகளையும் மனம் சேகரித்துக் கொண்டே இருக்கும். இந்த முறை, பயணத்தில் நிறைய ஆறுகள் கடந்து கொண்டே இருந்தன. ஆறென்றால் நீர் பாயும் வெளி அன்று. மணற் படுக்கைகளாய் இருந்தன. ஆங்காங்கே கொத்துக் கொத்தாய்ப் புற்கதிர்கள் வளர்ந்திருந்தன. பாலை வீசியது. அதே சமயம் இளங்காற்றும் வீசியது. அதன் அழகை முற்றிலும் நுகரும் ஆர்வத்துடன் இன்னும் அதிகமாய் ரயிலிலிருந்து ஜன்னல் வழியே எட்டிப்பார்க்க, மணல் படுக்கையில் மனிதர்களின் கால்தடங்கள் திக்குத் தெரியாமல் அங்குமிங்கும் நடந்து இறைந்து கிடந்தன. உறுதியாய், அந்தக் கால் தடங்கள் ஒரே திசையில் இல்லை. மணல் வெளி முழுக்க இறைந்து கிடந்த பாதச் சுவடுகள். அந்த ஆற்றின் வெளி அமானிடமாக இருந்தது என்றும் சொல்லலாம். அசாதாரண அளவில் இறைந்திருந்த விதம், தொடர்ந்து வெகுகாலமாய் நடந்து சென்ற மக்களின் காற்தடங்கள் எல்லாம் அழியாமல் பதிந்து பதிந்து எக்கச்சக்கமாய் இறைந்து கிடந்த ஆற்றின் வெளி. காலத்தின் ஒரு சாட்சியைப் போல் இருந்தது. என் கண்களுக்கு மட்டும் காலத்தைக் கூட்டிக் கழித்துச் சாட்சியாக்கியது போல் இருந்தது. அந்தப் பாதங்களின் தடங்களுக்கு இடையே, கால்நடைகளின் தடங்களும் தெளிவாகத் தெரிந்தன. கண்களை மேலே உயர்த்தியபோது, எதிரே வானத்தில் சூரியனுக்கு அருகே மேகம் இரு சிறகுகளைப் போல் விரிந்த விதத்தை இப்பொழுது தான் கவனித்தேன். எதிரே என்னை நோக்கி வரும் பறவையின் உடல் ஆரஞ்சு ஒளி கூடிய சூரியனாய் இருக்க, அதிக விசையுடன் அது விரித்த சிறகுகள் உடலை ஒட்டி அதிகமாய்க் குவிந்து மேக இறக்கைகளின் மீது

வலுவைக் கூட்டியிருந்தது. அந்தத் துயரமோ வெறுமையோ அந்த ஆற்றுப்படுகை காட்டிய விதம் பேரழகாயும் இருந்தது. ஆறு கடந்து செல்லவும் ஆற்றின் பெயர்ப்பலகை மணிமுக்தா நதி என்று சுட்டியது.

தன் பெயர் கற்பூரம் என்றாள். 'யாரைத் தேடுறீங்க, எதையாவது தொலைச்சீட்டிங்களா?'. கேள்விக்கு இல்லை என்று தலையை அசைத்து விட்டுப் பேசாமல் இருந்தாள். என் முகத்தைச் சன்னல் பக்கம் திருப்பிக் கொண்டாலும், திரும்பி வலப்புறம் அவ்வப்பொழுது அவளைப் பார்க்காமல் இருக்கமுடியவில்லை. அவள் மீது என்னவென்று சொல்ல முடியாத ஒரு வசீகரம் தொனித்துக் கொண்டிருந்தது. அவள் கழுத்தில் அதிகமாய் வியர்த்தது. ரயிலில் அகல சன்னல்கள் இருந்தும் மேலே மின்விசிறிகள் சுழன்றும் காற்று போதவில்லை. புதியதாய் வடிவமைக்கப்பட்ட ரயில் தான் என்றாலும், மனிதர்களுக்கான அடிப்படை வசதிகளும் சூழலியல் காரணங்களும் அவ்வளவாகக் கருத்தில் எடுத்துக் கொள்ளப்படவில்லை. குளிரூட்டப்பட்ட பெட்டிகளில் கிடைக்கும் மனித மரியாதை மற்ற பெட்டிகளில் வாய்ப்பதில்லை. கற்பூரம், தன் மார்புக்கூட்டை மறைக்கும் ப்ளவுசிலிருந்து அலைபேசியை எடுத்து பதறிய விரல்களோடு எண்களை அழுத்தி அழைத்தாள். உதட்டில் ஒரு விதமான இறுக்கம் கூடியது.

கையில் இருந்த ஐபேடில் யசுனாரி கவாபட்டாவின் 'பனி தேசம்' படித்துக் கொண்டிருந்தேன். நிகழ்சூழலுக்கு வெகுவாகப் பொருத்தமில்லாதது போல் தோன்றினாலும் அதற்கும் இந்தச் சூழலுக்கும் நேரடியான தொடர்பு இருந்தது. அதிலும் கதாநாயகன் ரயிலில் பயணித்துக் கொண்டிருந்தான். பனி தேசத்தில் மூழ்கிப்போனேன். ஒரு கட்டத்தில் புழுக்கம் கழுத்தில் கசிய, கதையை மூடினேன்.

நான் தூங்கிப் போனேன். விமானம் அளவில் ஒரு மீன், என் அருகே ரயிலின் சன்னலை ஒட்டி நீந்தி வந்தது. அதன் கண்கள் என்னுடன் பேசிக் கொண்டு வந்தன. அவை சொற்களாக இல்லை. ஆனால், வெகு நிச்சயமாய் என்னுடன் பேசிக் கொண்டு வந்தன. நானும் கண்களால் அதற்குப் பதில்

சொல்லிக் கொண்டு வந்தேன். 'ஒரு பறவையால் எப்படி பேச முடிகிறது?', என்று கேட்க, 'நான் மீன். மீன்களுக்குக் கண்களால் பேசமுடியும். நீ கேள்விப்பட்டதில்லையா? மீன்கள் தம் முட்டைகளைக் கண்களால் பொரியவைக்கமுடியும். உனக்குத் தெரியாதா?' "அது தெரியும். ஆனால், அவை கண்களால் பேசிக்கொள்ளும். கண்களால் பேசிக் கொள்பவை மீன்கள் என்று எனக்குத் தெரியாது", என்றேன்.

'கைகளை நீட்டி என்னைத் தொட்டுப்பார்", என்று நீர் வெளியில் மிதந்து நீர்மத்துடன் சொற்களை உமிழும் கண்களால் சொல்லியது.

நான் இடது கையை வெளியே நீட்ட, அது ஒரு நீர்வெளிக்குள் நுழைந்தது. மீனின் முதுகைத் தொட்டேன். தடவினேன்.

"ஆமாம், நீ மீன் தான். கண்களால் பேசிக்கொள்ளும் மீன்களைப் பார்த்துப் பொறாமைப்படுகிறேன்", என்றேன்.

"மனிதர்களும் கண்களால் தானே பேசிக் கொள்கிறார்கள். காதலில்." மீன் வேகமாக நீந்தி முன் சென்று மீண்டும் என் பயண வேகத்திற்கு ஈடாக மெதுவானது. ஏதோ பேச நினைத்தது போல் என்னைப்பார்த்துவிட்டு, "மீண்டும் சந்திப்போம்", என்று சொல்லிவிட்டு முன் நகர்ந்து, மறைந்தது.

கற்பூரம் இன்னும் அதே மனநிலையில் கசிந்து கொண்டிருந்தார். எனக்கும் அவருக்கும் இடையே ஒரு நாற்காலி காலியாக இருந்தது. இப்பொழுது அந்த வாசனை இன்னும் அதிகமாய் இருந்தது. வியர்த்து ஒழுகியதைத் துடைத்துக் கொள்ளக் கூடத் தோன்றவில்லை. இன்னும் தேடிக்கொண்டே இருந்தாள். வாசனையில் என்னை இழந்து விடுவது என் இயல்பு. கல்லூரி நாட்களில் மனோ தான் எனக்கு வாசனைகளை அறிமுகப்படுத்தினான். அத்தர், ஜவ்வாது, சந்தனம், பன்னீர் எனப் பலவகையான நறுமணத் திரவியங்களை எனக்குப் பரிசளிப்பான். என் பை முழுக்க குட்டிக் குட்டிக் குப்பிகள் வாசனைத் திரவியங்களால் நிறைந்து கிடக்கும். ஒவ்வொரு தருணத்திலும் ஏதோ ஒன்றைப் பூசிக்கொள்வதும், அத் தருணத்தை ஒட்டிய நிகழ்வுகளை வாசனைகளால் நிரப்பிக் கொள்வதும்

எனக்குப் பழக்கம். மூலிகைகளை அவற்றின் வாசனையை ஒட்டி அறிந்து வைத்திருப்பதில் நான் நன்கு தேர்ந்திருந்தேன். இந்த வாசனை கமழ்கிறது என்றால் அது கந்தக வாசனை தான் என்று தெரியாதா என்று பல முறை மூலிகை குணபாட ஆசிரியர் புகட்டியுள்ளார். எனக்குக் கந்தக வாசனை மிகவும் பிடித்தமானது. அதிலும் 'கந்தகப்பூ', என்று மருந்து செய்கையில் அதன் மணம் நம் வியர்வை வழியாகக் கூட வீசுவது போல் இருக்கும். அவ்வாறே பூக்களில் மரிக்கொழுந்து வாசனை. கொஞ்சம் கடுமையாக இருந்தாலும், நறுமணம் என்பதன் அர்த்தம் மீறாமல் விளங்கும் வாசனைப் பொருட்கள் ஏராளம் இந்த உலகில்.

இந்தக் கற்பூரமும் அப்படித்தான் போலும். அவளுக்குத் தன்னைச் சுற்றிலும் இருக்கும் எதுவும் கண்ணில் தெரிந்தாற் போல் இல்லை. மீண்டும் அலைபேசியில் அழைத்தாள். எடுக்கவில்லை போலும். ஃபோனை மார்புக் கூட்டிற்குள் திணித்தாள். முடிவு செய்துவிட்டது போல், அங்கிருந்து எழுந்து விரைந்து எதிர்த்திசை நோக்கி நடந்தாள். ரயிலில் அதிக நடமாட்டம் இல்லை. உள்ளே வீசிய புழுக்கத்திற்கு இரையாகி பல பேர் உறங்கிக் கொண்டிருந்தனர். சென்ற வேகத்திலேயே ஓடிவந்து அதே இருக்கையில் அமர்ந்தாள். பயணச்சீட்டு பரிசோதிப்பவர் எதிரில் வருவதைக் கண்டேன். முன்பே எல்லோரையும் பரிசோதித்துச் சென்றுவிட்டார். எங்கள் அருகில் வந்ததும் கற்பூரத்திடம், 'டிக்கெட் எங்கம்மா?', என்று கேட்டார். எழுந்து நின்றவள், 'ஊதுவத்தி விக்கிறவங்க. என் புருஷன் அடுத்த பெட்டிக்குப் போயிருக்காருங்க. கண்ணு தெரியாதவருங்க. வர ஸ்டேஷன்ல இறங்கிருவோம்னு', சொல்லவும், அந்தப் பெண்ணை மேலே கீழே பார்வையை ஓடவிட்டார். அந்தப் பெண் மீது அவருக்கு நம்பிக்கை வந்திருக்கவேண்டும். அவருக்கு அந்த வாசனை பிடித்திருக்கவேண்டும். 'அடுத்த பெட்டி, பேண்ட்ரி கார். அங்கெல்லாம் போகக்கூடாது. சீக்கிரம் கூட்டிட்டு இறங்கிரனும். சரியா'. பெண் தலையசைத்தாள். அவர் சென்றது அவளை ஆசுவாசப்படுத்தியிருக்கவேண்டும். இப்பொழுது தான் என்னைப் பார்த்து சிரித்தாள்.

‘என் புருஷன் இல்ல அவரு. ஆனா வேற வழி இல்ல. சேந்து வாழுறோம். அப்படிச் சொல்லிக்கலாமுல்ல. பதினெட்டு வயசுல கல்யாணம். ரெண்டு வருச இடைவெளியில ரெண்டு பிள்ளைங்க. என் முப்பத்துமூணு வயசுல அவரு இறந்து போயிட்டாரு. மூத்தவன் கல்யாணம் முடிஞ்சதும் வீடுமட்டும் தான் மிச்சமிருந்துச்சி. உடனே வீட்டை வித்து பொண்ணு கல்யாணம் முடிச்சேன். அப்புறம் பையனோட போய் இருந்துக்கலாம்னு திட்டம். கல்யாணம் முடிஞ்ச கையோட பொண்ணு சொல்லிட்டா, என் வீட்டுக்கு வந்துராதன்னு. அப்பவே அசிஸ்டெண்ட் புரொஃபசரா இருந்தா. என் மருமக, ரெண்டு தடவ அவ பெட்ரூம்ல இருக்கிற என் பெட்டில இருந்து துணி எடுக்கப் போனாலும் என் பீரோவ திறந்து பாக்குறாங்க, என் புடவைய எண்ணிப் பாக்குறாங்கன்னு என் பையன்கிட்ட சொல்வா. அப்புறம் குணசீலம் பக்கத்துல ஓர் அனாதைங்க இல்லத்துல கூட்டிப் பெருக்கிக்கிட்டு இருந்தேன். எனக்கும் நெஞ்சு வலி அடிக்கடி வர ஆரம்பிச்சிது. எங்கக்கிட்ட உன்னைப் பாத்துக்குற மருத்துவ வசதி இல்லன்னு என்னைய வெளிய அனுப்பிட்டாங்க. நேரா என் பையன் வீட்டுக்குப் போனேன். வா, கோயிலுக்குப் போயிட்டு வருவோம்னு சொல்லிப் பக்கத்துல இருந்த கோயிலுக்குக் கூட்டிட்டுப் போனவன், ஏம்மா இப்படி தொல்லை பண்ணுற. ராத்திரியெல்லாம் என்னைய அவமானப்படுத்துவாம்மான்னு சொன்னான். எங்க ரெண்டு பேருக்கும் பேச்சு முத்தி, பக்கத்துல இருந்த கல்ல எடுத்து என் நடு மண்டையில ஓங்கி அடிச்சான். இங்க பாருங்க...’ நடுமண்டையைக் காட்டினாள். குழி தெளிவாகத் தெரிந்து அந்த இடத்தில் மயிரில்லாமல் இருந்தது. கண்கள் கனமாகி இருந்தன. ‘என்னமோ எனக்கு விவரம் தெரியாமப்போச்சு. தன் வாழ்க்கைக்கும் ஏதாவது வச்சிக்கனும்னு. இதோ அரியலூர் ஸ்டேஷன்ல இருந்த புங்கமரத்து அடியில வந்து உக்காந்துருந்தேன். எவ்வளவு நேரம் அழுதேன்னு தெரியல. இருட்டிக்கிட்டு வந்துது. நான் உக்காந்துருந்த பெஞ்சுல இவரு வந்து உக்காந்துருந்தாரு. என்னங்க ஆச்சுன்னு கேட்டாரு. நான் தயங்குனேன். இருட்டுல அவரு கண்ணு தெரியாதவருன்னு கூட எனக்குத் தெரியல. எல்லாம் சொல்லி முடிச்சதும் வாங்க எங்கூட வந்து தங்கிக்குங்கன்னாரு. ஊரு ஏதாவது பேசும்னு ஒரு

குழந்தைய, அதுவும் தனக்குன்னு யாரும் இல்லாத ஒரு குழந்தைய எடுத்து வளக்குறோம். க்ரச்ல விட்டுட்டு வந்துருக்கேன். திரும்ப மொதல்லேர்ந்து ஒரு வாழ்க்கை. நாப்பத்தெட்டு வயசாவுது. பழைய வாழ்க்கை, இதோ இப்படி இந்த ரயில் கடந்து போற காட்சிங்க மாதிரி ஆயிருச்சி'. ஒரு முறை தன் மூச்சை வாங்கிக் கொண்டாள்.

“பொறந்தது முதலே அவருக்கு பார்வையில்ல. நல்லா பாடுவாரு. எப்பவாவது ஏஆர்ரஹ்மானுக்கு அவரு பாடு வாருன்னு எனக்கு நம்பிக்கை இருக்கு. அப்படி ஒரு குரல் வளம். ரொம்ப அழகா இருப்பாரு. நிறைய பேசிக்கிட்டே இருப்போம். ஒன்னு ரெண்டு தடவ என்னைய தொட்டுப் பார்த்தாரு. உடம்பெல்லாம் ரணமா இருக்கு கற்பூரம். தொடவே கஷ்டமா இருக்கு. விட்டுருவோமான்னாரு. நானும் சரின்னு சொல்லிட்டேன். உடம்புல ஒன்னும் இல்ல. உடம்புக்குள்ள இருக்கிற மனசு தான் எல்லாம். அவருக்கு தானமா கண்ணு வாங்கிவைக்கனும்னு ஆச. ரொம்ப செலவு ஆகுமாமே. ஒரு வேளை, பார்வை கிடைச்சி, என்னைப் பிடிக்கலன்னு சொல்லிட்டாருன்னான்னு தோனும். ஆனா, மறு நிமிசமே, அது ஒரு பிரச்சனை இல்ல. பெத்த பிள்ளைங்களுக்கே அம்மா பிடிக்காதப்ப...”

சட்டென்று, அவள் முகம் புன்னகையில் அடர்ந்தது. “தோழர்களே, தோழிகளே, நான் பார்வை தெரியாதவர்கள் பள்ளியிலிருந்து வருகிறேன். எங்கள் அன்றாடத்தை கவனித்துக் கொள்ள, எங்கள் அடிப்படை வசதிகளை நிறைவேற்றிக் கொள்ள எங்களுக்கு உங்கள் எல்லோரின் ஆதரவும் தேவைப்படுகிறது. நாங்கள் வாசனை மிகுந்த ஊதுவர்த்திகளைத் தயாரிக்கிறோம். ஜவ்வாது பொடிகளையும் ஜவ்வாது திரவங்களையும் தயாரிக்கிறோம். உங்கள் கழிவறையில் மணமூட்டுவதற்கான பொருட்களைத் தயாரிக்கிறோம். உங்கள் கைக்குழந்தைகளுக்குப் பூசும் வாசனைப் பொடிகளையும், உங்கள் வீட்டினரிடம் பிரியம் காட்டும் சாம்பிராணிப்பொடியையும், நறுமணத் திரவியங்களையும் கூடத் தயாரிக்கிறோம். இதை நீங்கள் வாங்கி எங்கள் எல்லோரின் வாழ்விலும் வெளிச்சம் ஊட்ட முடியும். தோழர்களே, தோழிகளே...”. “ம். அவரு தான், அகிலன்.

வந்துட்டாரு”, எழுந்து ஓடிச் சென்று அவன் காதருகில் ஏதோ சொன்னாள். அவன் இடது கையில் இருந்த கனத்த பையைத் தான் வாங்கிக் கொண்டாள். அகிலன் தொடர்ந்து பயணிகளிடம் தன் அறிவிப்பை நிகழ்த்திக் கொண்டே வந்தார். என் அருகில் வந்து கற்பூரம் சிரித்ததும், நான் ஒரு சிறிய பெட்டியில் அடைக்கப்பட்டிருந்த ஊதுவர்த்தியை வாங்கிக் கொண்டேன். இருபத்தைந்து ரூபாய். நான் வாங்கிக் கொண்டதும், எனக்கு எதிர்ப்பக்கம் இருக்கைகளில் இருந்த ஒரு கன்னியாஸ்திரி இரண்டு பெட்டிகள் வாங்கிக் கொண்டார். பின் அவர் அருகில் இருந்த ஒரு பாட்டி வாங்கிக்கொள்ள, முன் இருக்கைகளில் இருந்த கல்லூரிப் பெண்கள் இருவர் இரண்டிரண்டு பெட்டிகள் வாங்கிக் கொண்டனர். பின் இருக்கைகளில் எப்போதும் தன் வாயைச் சவைத்துக் கொண்டிருந்த கிழவரும் இரண்டு பெட்டிகள் வாங்கினார். அகிலனிடம் இருந்த எல்லா பெட்டிகளும் தீர்ந்து போயின. இன்னும் கேட்டவர்களுக்காகக் கற்பூரம் ஓடிச்சென்று வாயில் அருகில் வைத்திருந்த பெரிய மூட்டையைத் திறந்து எடுத்து வந்தாள்.

அரியலூர் ரயில் நிலையம் வர, இருவரும் இறங்கினார்கள். ஒரு நிமிடத்தில் ரயில் அங்கிருந்து நகர்ந்தது. சில புங்கை மரங்கள் மட்டுமே காட்சிக்குத் தென்பட்டன. மாலை சூரியன் நிலத்தை நெருங்கி வந்திருந்தது. அந்த ரயில் நிலையத்தில் அவர்கள் இருவரைத் தவிர எவரும் இல்லை. ரயில் நகர, அந்த ரயில் நிலையம் வெளிறும் வெளிச்சத்தில் இல்லாமல் போயிருந்தது போல் இருந்தது. ரயிலும் தன் வாசனையை முற்றிலுமாக இழந்திருந்தது.

*

கண்கள்

மிக உயரமான மரங்கள் நிறைந்த அந்த மலையின் உச்சியில் நிறைய சிறிய தொடர் மலைகள் இருந்தன. என் இரவுகள நீளமாக இருந்தன. அங்கு வந்தது முதலே தனியாகத் தான் இருக்கிறேன். தனியாக இருக்கவென்றே அங்கே வந்திருந்தேன். விடாமல் மழை பெய்து கொண்டே இருந்தது. சொட்டிக்கொண்டோ, தூறலாகவோ கனத்த மழையாகவோ என்று தொடர்ந்து கொண்டே இருந்தது. நீள ஜன்னலை ஒட்டியிருந்த பழைய வாகை மரங்கள் பெரிய அசுரத்தனமான மனித உருவில் நீரில் ஊறிக் கரிய திட்டாக அங்கே திகழ்ந்தது கண்களை ஈர்த்துக் கொண்டே இருந்தது. மௌனமாக எந்தச் சொல்லுமின்றி மனதின் பரப்பினை மௌனமாகத் தன் உருவம் கொண்டு தொட்டுக் கொண்டே இருந்தது. தீண்டித் தீண்டி உரையாடிக் கொண்டே இருந்தது. நான் என்னுடன் ஓயாமல் பேசிக் கொண்டே இருந்தேன். பேசிக்கொண்டிருப்பதைத் தொடர்ந்தேன். பசியின் போது ஏதேனும் சமைத்து உண்பதைத் தவிர எனக்கு வேறு வேலையில்லை. எழுதுவதை எல்லாம் ஒத்தி வைத்திருந்தேன். மழையின் சத்தம் தொடர் இசை போல் ரம்யமான ஒன்றாக, மனதிற்குப் பிடித்த ஒன்றாக இசைவாக இருந்தது.

மதி, என் நீண்ட காலத்தோழி. உடை வடிவமைப்பாளராக இருக்கிறாள். ஒரு விபத்தில் கணவனை இழந்த பின்பு, சில ஆண்

நண்பர்கள் பழக்கம் ஏற்பட்டும் அவை உறவாய்க் கனியாததால் ஒருவகையில் தனிமையில் திண்டாடிக் கொண்டிருந்தாள். இந்த ஆண்டிற்கான என்னுடைய ஒப்பந்தப் பணிகள் நிறைவுற்றிருந்தன. ஒரு பதிப்பகத்திற்கு முன்னூறு பக்க நாவலை முடித்து அனுப்ப வேண்டியிருந்தது. முடிக்கும் வரை தெரியாத ஒரு கனம் உடலில் உருவெடுக்கத் தொடங்கியதும், மதியிடம் சொன்னேன். 'எங்கேயாவது போய் தனியாக இருக்கனும் போல இருக்கு, மதி'. 'இவ்வளவு நாள் அப்படித்தான இருந்த. போய் அம்மா கூட இரு. நீ ஃபோன் எடுக்கலேன்னா உடனே என்னைத் தான் கூப்பிடுறாங்க'. 'இல்லை, மதி. எந்த ஃபோன் தொடர்பும் இருக்க கூடாது. ரொம்ப நிசப்தமா. கால வரையறையே தெரியாத ஓர் இடத்துக்குப் போகனும். என் மனசுல இருக்கிற அலைகளை எல்லாம் சுத்தமா துடைச்சிட்டு வரனும் போல இருக்கு'.

இதெல்லாம் நடக்கிற காரியமா என்பது போல மதி என்னைப் பார்த்தாள். இரண்டு நாட்கள் மீண்டும் மீண்டும் நான் நச்சரித்த பின் இந்த மலைப்பகுதியில் இருக்கும் தன் நண்பனின் வீட்டிற்கு அனுப்பினாள். கொஞ்ச காலமாகவே மூடி இருந்ததை, என் வருகைக்காகப் பெருக்கித் தூய்மை செய்திருந்தார்கள். இரண்டு மைல் தூரத்தில் இருக்கும் கறுப்பியின் கையில் தான் இந்த வீட்டின் சாவி இருந்தது. தினமும் அவளே வந்து சமைத்துப்போகும் ஏற்பாடும் இருந்தது. நான் தான் யார் வருகையும் என் காலத்தொடர்ச்சியைத் துண்டிக்கும் என்று வேண்டாமெனச் சொல்லியிருந்தேன். கால வரையறை அழிய சில நாட்கள் ஆகின. எழுதாமல் இருப்பதும் கடினமாக இருந்தது. மனதின் நதியில் மிதந்து போகும் பழுத்த இலைகளைப் பற்றிக் குறிப்பெடுத்துக் கொள்ளவேண்டும் போல இருக்க, ஒரு பழைய நோட்டில் அவ்வப்பொழுது எழுதி வைத்துக் கொண்டேன். ஆனால், அது பழக்கமாகாத படி கவனமாக இருந்தேன். மெல்ல மெல்ல நான் தூங்கும் நேரம் குறைந்திருந்தது. விழித்து, அந்த நீளமான ஜன்னலுக்கு நேரே நாற்காலியைப் போட்டு, அந்தப் புராதன வாகை மரத்தை வேடிக்கை பார்த்திருப்பதும், அதற்குப் பின்பு தெரியும் மாலையை கவனிப்பதும் உவகையாக இருந்தன. எப்பொழுதுமே இல்லாத சலனமின்மை மனதை அடைகாத்தது போல இருந்தது.

வந்து இரண்டு வாரங்களுக்கு மேல் ஆகியிருந்தது. உறக்கம் வராமல் திணறிக் கொண்டிருந்தேன். ஏதுமில்லாத இரவைப் பார்த்துக் கொண்டிருப்பது திகைப்பாய் இருந்தது. இரவிற்குப் பயந்து ஓடிவந்து அப்பாவின் அருகில் போர்வைக்குள் ஒளிந்து கொண்டு, போர்வையின் இடைவெளி வழியே எட்டிப் பார்த்து இரவில் அசையும் பிரமாண்ட உருவங்களைப் பார்த்து இறுக்கமாய்க் கண்களை மூடிக்கொள்வது நினைவிற்கு வந்து சென்றது. இப்பொழுதெல்லாம் இரவில் ஏதுமில்லை. எல்லாம் மனதில் தான். மனதை உற்றுப் பார்க்கத்தான் பயமாக இருந்ததாய்த் தோன்றுகிறது. மனதிற்கு வெளியே எல்லாமே இயற்கையின் வலுவான கரங்களால் இயக்கப்படுவதாலும் அது வெளிப்படைத்தன்மையுடன் இருப்பதாலும் மனதின் மர்மங்கள் தான் அச்சம் தருவதாக இருக்கின்றன. மணி ஒன்றை எட்டியிருக்கலாம். கதவைத் தட்டும் சத்தம் கேட்டது. பிரமையோ என்று விட்டுவிட்டேன். மீண்டும் கேட்க, காற்று கதவில் மோதும் சத்தம் போல் தான் இருந்தது. கூர்ந்து கேட்டால், தொடர்ந்து கதவைத் தட்டுவது மனிதக் கைகள் என்ற எண்ணம் மேலிட படுக்கையிலிருந்து வேகமாக எழுந்தேன். அறை விளக்கைப் போட்டுவிட்டு அமைதியாக நின்றேன். கொஞ்ச நேரம் சத்தம் இல்லை. காத்திருந்து பின் மீண்டும் கதவைத் தட்டும் ஓசை கேட்க, வாயில் கதவின் அருகில் சென்று வெளி விளக்கிற்கான ஸ்விட்சை போட, வெளியே ஆண் உருவம் ஒன்று நிற்பது கதவின் துளை வழியாகத் தெரிந்தது. சொட்டச் சொட்ட மழையில் நனைந்து, மிகுந்த எதிர்பார்ப்புடன் கதவின் அருகிலேயே நின்று கொண்டிருந்தான் அந்த மனிதன்.

துணிவுடன் கதவைத் திறந்தேன். கதவின் அருகில் இருக்கும் தடியையும் ஒரு முறை உறுதி செய்து கொண்டேன். முகம் முழுக்க புன்னகையுடன், ‘என் பேரு நிருபன். இது என்னோட நண்பன் அகிலோட வீடு. இந்தப்பக்கம் நண்பர்களோட வந்துருக்கேன். அவங்கெல்லாம் லாட்ஜ்ல தங்கியிருக்காங்க. நான் தான் வீட்டுக்குள்ள ஆள் நடமாட்டம் தெரியவும் வந்து தங்கலாமேன்னு நினைச்சேன்.’ நான் தயங்கினேன். ‘ஏற்கெனவே இங்க வந்து தங்கியிருக்கேன். இன்னும் கறுப்பி தான சமைக்கிறா இல்லையா’, உள்ளே அனுமதித்தேன். வந்ததும் மேலுடைகளைக்

களைந்து கொள்ள இன்னொரு அறைக்குள் சென்றார். நான உள்ளே சென்று துடைத்துக்கொள்ள ஒரு துணியை எடுத்து வந்தான். அதை வாங்கிக் கொண்ட அவர் அந்தத் துணியால் முகத்தைத் துடைக்கும் சிறு கணம் அதை முகர்ந்து பார்த்தது போலவும் இருந்தது.

'இந்த இரவு மட்டும் தான். காலையில பத்து மணிக்கு பக்கத்துக் காட்டுல இருக்கிற செக் போஸ்ட்ல நண்பர்களோட சேந்துக்கனும். காட்டுக்குள்ள போறோம். நீங்களும் வரீங்களா?'

நான் பேசாமல் இருந்தேன். முதல் சந்திப்பிலேயே கேட்கக்கூடாத கேள்வி என்று அவருக்குத் தோன்ற, 'இருங்க, அவனோட டிரெஸ் ஏதாவது இருக்கான்னு பாத்துட்டு வரேன்.'

பழகிய இடமாய் இருக்க, வலது பக்கம் முன்னால் சென்று ஓர் அறைக் கதவைத் திறந்து உள்ளே சென்று நண்பனுடைய வேட்டியை அணிந்து நான் கொடுத்த துவாலையை இரண்டு தோள்கள் வழியாகப் போட்டு மார்பை மறைத்து வெளிப்படும் வரை நான் அங்கேயே நின்ற இடத்திலேயே சுவரில் சாய்ந்தபடி நின்றிருந்தேன். எல்லாவற்றையும் கணிக்கவும் ஏற்றுக்கொள்ளவும் எனக்கு நிறைய நேரம் பிடிக்க, அவர் எல்லாவற்றையும் சர வேகத்தில் செய்வது போல் இருந்தது.

'ஒரு டீ சாப்பிடலாமா? இருங்க, நானே போடறேன்'

அவர் டீ தயாரித்து வரும் வரை நான் அங்கேயே இருந்தேன். நான் நின்ற இடத்தை ஒட்டிச் சுவருக்கு வெளியே காற்று ஊ என்று சத்தமிடுவதும் அதையொட்டி அருகிலிருக்கும் மரம் மூடியிருந்த சன்னல் கதவின் மீது வேகமாய் உராய்ந்து விலகுவதும் அசாதாரண உணர்வைக் கொடுத்தன.

இரண்டு கோப்பைகளுடன் அருகில் வந்து ஒன்றை என்னிடம் நீட்டினார். மடித்து வைக்கப்பட்டிருந்த வேட்டியிலிருந்த பழைய மணம் அவரிடமிருந்து வீசியது.

'நீங்க எந்த அறையில தங்கியிருக்கீங்க? அதுவா? நாம இங்க உக்காந்து குடிக்கலாமா?' வெளி உலகம் அதிகமாய்த் தெரியும் படியான அந்த இடத்தின் ஜன்னல்களை ஒட்டி நாற்காலிகளை

எதிர் எதிராகப் போட்டு, அதே சமயம் இருவரும் வெளியே சன்னல் வழியாக மரங்களையும் மலையையும் பார்க்கும் படி இருந்தது. வெள்ளி ஒளி வெளியே கொட்டிக் கொண்டிருந்தது.

'நீங்க அகிலோட ஃப்ரெண்டா? உங்களை நான் பாத்ததே இல்லையே?'

'உங்களையும் தான் நான் பாத்தது இல்ல', என்று நான் சொல்ல களுக்கென்று சிரித்துவிட்டார்.

'அச்சோ. புரியுது உங்க நிலைமை', என்று சொல்லி தன் முழு நிலையையும் விளக்கினார். ஒரு வாரத்திற்கும் மேல் அருகில் இருக்கும் காட்டிற்குள் சுற்றிக் கொண்டிருக்கிறார்களாம். வனவிலங்குகளைக் கணக்கெடுப்பு செய்யும் குழுவிலும் அவற்றின் நிலைமை பற்றிய களப்பணியிலும் ஈடுபட்டிருக்கின்றனர். ஒரு வாரத்திற்கும் மேல் அவர்களுடன் இருந்தது மண்டைக் கடியாக இருந்தது. தப்பித்தால் போதும் என்று நினைக்கும் போது, இந்த வீடு பற்றிய நினைவு வரவும் இங்கே வந்து கதவைத் தட்டியிருக்கிறார்.

'நான் இல்லையென்றால்...?'

'கறுப்பியின் வீட்டுக் கதவைத் தட்டியிருப்பேன். இல்லையென்றாலும், இந்த வீட்டின் மேல் மாடிக்கு ஏறி உள்ளே இறங்கும் வழி தெரியும் எனக்கு', என்று கண்ணடித்து இரண்டு கண்களையும் குறுக்கிக் கொண்டு சிரித்தார்.

வந்தது முதலே அவருடைய கண்களிலிருந்து என் கண்களை விலக்க முடியாத படிக்கு ஒரு தீர்க்கம் மையம் கொண்டிருந்தது. என் களைப்பும் தூக்கக்கலக்கமும் விலகி இருந்தன. ஓர் ஆணின் அருகில் இருந்து நீண்ட காலம் இருக்கும். என் அப்பா மறைந்த பிறகு எந்த ஆணின் மீதும் குறிப்பான ஈர்ப்பு ஏற்படவில்லை. இடையில் ஒருவர் மீது விருப்பம் ஏற்பட்டது ஆனால், அவரோ குடும்பம் குழந்தைகள் என்று தன்னை ஒரு முழுமையான ஆண் மகனாய் நிறுவியிருந்தார். கொஞ்ச காலம் என் மனதில் மட்டுமே நீடிந்த அந்த உறவின் ஈரம் எந்தப் பேணுதலும் இன்றி உலர்ந்து போயிருந்தது. பிறகு ஆண் என்ற வாசனையோ வாய்ப்போ ஏற்பட்டதில்லை. அவசியப்படவில்லை. மதியும் சில சமயங்களில்

சில விருந்துகளுக்கு அழைத்துச் சென்றிருக்கிறாள். வலிய போய் புதிய நபரிடம் பேச ஏதும் இருந்ததில்லை. தேநீரைக்குடித்து முடிக்க உடலில் ஏதோ புதிய உணர்வு பரவியது போல இருந்தது.

‘இந்த இரவைக் கழிக்கனும் எனக்கு?’

‘எப்படி?’

‘நீங்க ஒரு கதை சொல்லுங்க. அப்புறம் நான் ஒரு கத சொல்றேன். எப்ப தூக்கம் வருதோ போய் தூங்கிரலாம்’

‘அச்சோ எனக்குக் கதையெல்லாம் தெரியாது’

‘நீங்க தான சொன்னீங்க, நீங்க ஒரு எழுத்தாளர்னு’

தெரியாமல் சொல்லிவிட்டோமென்று வருந்தினேன். ‘சரி, நானே முதல் கதைய சொல்றேன். கறுப்பி தான் இந்தக் கதைய சொன்னா. இங்க ஒரு கிலோ மீட்டர் தூரத்துல ஒரு சின்ன குன்று இருக்கு. அங்கு மலை நாயகி அம்மன்னு ஒரு கோயில் இருக்கு. கோபுரமா இருக்கிற கோவில் இல்லை. சும்ம மண்ணுலே குன்று மாதிரி இருக்கும். சில நூறு வருசங்களுக்கு முன்னால, மலை நாயகின்னு ஒரு அனாத பொண்ணத் தூக்கிட்டு வந்து வளத்துருக்காங்க, கணவனும் மனைவியும். ரொம்பத் துடிப்பா ஆளும் வாட்ட சாட்டமா இருப்பாளாம். துணியே உடுத்துக்க விருப்பம் இருக்காதாம். வயசு வந்ததுக்கு அப்புறம் அதுவும் அவள வளத்தவங்க மாப்பிள்ளை பாக்க ஆரம்பிச்சதும் திருமணத்தை எதிர்த்து நிர்வாணமாவே வாழத் தொடங்கியிருக்கா. எப்பவும் குடிசையில தான் இருப்பா. வெளிய யாரும் பாத்ததே இல்லன்னாலும். அவ நிர்வாணமா இடுப்பளவு வளந்து இருக்கிற கூந்தல் முடியவே உடையாக்கி வாழுறது எல்லாருக்கும் தெரியும். இருந்தாலும், அவ சின்னப் பொண்ணா இருக்கிறப்ப அவளோட விளையாடித் திரிஞ்சவன் அவ மேல மிகுந்த ஈர்ப்பு உண்டாகி எப்படியும் அவளப் பாத்தே தீருவேன் அவ தனக்குத்தான் சொந்தம்னு ஒரு ராத்திரி அந்தக் குடிசைக்குள்ள போயிட்டான். மலை நாயகி என்ன நினைச்சான்னு தெரியல. அந்தக் குடிசையோட தன்னையும் அவனையும் சேத்து தீ வைச்சிட்டான்னு சொல்றாங்க. எனக்கென்னமோ அவ அவன் வரதுக்காகத்தான் காத்திருந்தான்னு தோணுது’.

கதையை வேகமாகச் சொல்லிமுடித்துவிட்டு தன்னையே கண்களால் உற்றுப் பார்த்தான். இப்பொழுதும் அந்தக் கண்களின் கறுவிழி பாவையுடன் கண்களின் வெண்படத்தில் நீந்தி மிதந்தது போல அழகாகத் துல்லியமாக இருந்தது. கண் மீதான ஈர்ப்பு அதிகமாகிக் கொண்டே இருந்தது. கண்களை அவரிடமிருந்து விலக்கி ஜன்னலின் கண்ணாடியூடே பார்த்தேன். ஏதும் தெரியவில்லை. ‘சன்னலைத் திறக்கலாமா?’ என்று கேட்டவர் எதற்கும் காத்திராமல் அந்தச் சன்னலைத் திறந்தார். காற்று ஊவென்று மூர்க்கமாய் வீசிக் கொண்டிருக்க மழை விசிறி உள்ளே அடித்தது. வீட்டை ஒட்டியிருந்த மரத்தின் கிளைகள் அசைந்து சுவரில் உராய்ந்தன. கொஞ்சம் அறைக்குள்ளும் வந்து சென்றாற் போல் இருந்தது. வானம் குமுறி இடித்தது. நீளமாய் மின்னல் வெட்ட சட்டென்று மின்சாரம் துண்டிக்கப்பட்டது. வந்து சில முறைகள் மின்சாரம் போயிருந்தாலும், இரவில் இது போன்று நிகழ்ந்ததில்லை. ‘கொஞ்சம் இருங்க’, சொல்லிவிட்டு இரவில் தடுமாறி முன்னகர்ந்தேன். என் கைகள் அவர் தோளைத் தொட்டன. அசைவின்றி அவர் திடமாக நின்றார். சில படிகள் இடது பக்கமாய் ஏறி வலது பக்கம் இருந்த அலமாரியில் இரண்டு, மூன்று என்று எண்ணி கைகளால் தடவி மூன்றாம் அடுக்கில் இருந்த மெழுகுவர்த்தியை எடுத்து அருகில் இருந்த தீப்பெட்டியை எடுத்துத் தீக்குச்சியை எடுத்து உரசி மெழுகுவர்த்தியை ஏற்றினேன்.

இப்பொழுதும் அவர் கண்கள் கொழுந்து விட்டெரிந்தன. அழகாய் அவர் அருகில் ஈர்த்தன. ஈரமேனியில் மெல்ல வெப்பம் படர்வது போல் இருந்தது. ‘ அங்க போலாமா?’ என்று நான் தங்கியிருந்த அறைக்குள் அழைத்தேன். முழு உணர்வுடனும் விழிப்புடனும் தான் இதைச் செய்தேன். அவர் சன்னல் கதவுகளை அடைத்து சாத்திவிட்டு அங்கே மௌனம் திடமாய் நிரம்புவதை உணர்ந்த படியே அந்த மௌனத்திற்கிடையே உதிரும் சருகுகளுக்கிடையே எந்தச் சத்தத்தையும் எழுப்ப விரும்பாத படி கவனமாய் நான் முன் நடந்து செல்ல, அவர் பின்னே நடந்து வந்தார்.

மெழுகுவர்த்தியை மேசையில் வைத்தேன். அறையின் ஒளி குறைவாக இருந்ததை அவரும் உணர்ந்திருக்கவேண்டும்.

மேசையில் கிடந்த பாதியாய் எரிந்து அடங்கியிருநத மெழுகுவர்த்திகளுக்கு ஒளி ஏற்றத் தொடங்கினேன். அவ்வாறே அவரும் செய்ய அறையில் ஒளி நிறைந்தது. ஒருவரை நோக்கி ஒருவர் நெருங்கி வந்திருந்தோம். ஏதென்று அறியாத ஒன்று எனக்குள் கனன்று கொண்டே இருந்தது போலவும் அது தன் இரு கைகளை வெளியே நீட்டி அவரை ஆரத்தழுவியது போலவும் இருந்தது. ஆயிரம் ஆயிரம் ஆண்டுகளாய் மனித இனம் இதே போல் ஓர் உடலில் வாழ்ந்திருந்தாலும் உடலின் இயங்கியல் அறிவு எல்லாம் உள்ளுணர்வு சார்ந்ததே. பாலியல் உணர்வும் அப்படித்தான் விழித்தெழுந்து தன் இருகைகளை எட்டி நீட்டி இன்னோர் உடலைக் கைக்கொண்டது போல. அறையில் மெழுகுவர்த்திகள் நடுக்கத்துடன் எரிவது போல இருந்தது.

சூரியன் சுள்ளென்று அறைக்குள் விழுந்து உடலைக் காய்க்கும் வரை தூங்கினேன் போலும். இப்படித்தூங்கியதே இல்லை. மழையும் நின்று விட்டிருந்தது. அறையில் யாரும் இல்லை. மேசையில் மெழுகுவர்த்திகள் எரிந்து அடங்கியிருந்தன. ஓடி அடுத்த அறைக்குள் சென்றேன். சன்னல் ஒட்டிய நாற்காலிகள் எதிரே இருந்த மேடையில் இரு தேநீர்க் கோப்பைகள் காய்ந்திருந்தன. அறைக்கதவு தாழிடப்படாமல் சாத்தப்பட்டிருந்தது. அந்தக் கண்கள் மட்டும் அறைவெளியில் திரும்பும் திசையெல்லாம் மிதந்து கொண்டிருந்தன.

*

அமிலம்

தயாமலரின் பதினெட்டாவது வயதில் செவிலியர் பள்ளியின் பயிற்சிக்கூடத்தின் முதலாவது ஆண்டில் தனியே விடுபட்ட வேதியியல் பரிசோதனைகளைத் தானே செய்ய முயன்று கொண்டிருந்த போது, நைட்ரிக் அமிலம் தெறித்து வலது கையும் சரி இடது பாக முகமும் அரித்து அன்றுடன் படிப்பிற்கு முழுக்குப் போட வேண்டியிருந்தது. சில ஆண்டுகள் வீட்டிலேயே காலத்தைக் கழித்து வந்தவளைக் கொஞ்சம் வயதான, திருமணமாகாமல் இருந்த வேம்புவிற்குத் திருமணம் செய்து வைத்தாள் தயாமலரின் அம்மா. திருமணம் முடிந்த மறுவாரமே அம்மா இறந்து போனதும், வேம்புவும் நோயில் படுத்திருந்தான். தயாமலர் வேலை தேடி அலைந்தாள். ஒரு கிறித்துவ மடத்தில் பெருக்கித் தூய்மை செய்யும் வேலை கிடைத்தது. நினைத்தது போல் இல்லை. கௌரமாக நடத்தினார்கள். குடும்பத்தை நடத்தப் போதுமானதாக இருந்தது. படுக்கையில் கிடந்தே இரண்டு குழந்தைகளுக்குத் தந்தையானான் வேம்பு. முதல் ஆண் குழந்தை, சுதாகர். இரண்டாவது பெண் சுதாமதி. இரண்டாவது குழந்தைக்குப் பெயர் வைக்கும் நாளில் நடுராத்தியில் மூச்சுத்திணறி படுக்கையிலேயே இறந்து போனார் வேம்பு.

இதற்குள் தயாமலருக்கு மரணமும் துன்பமும் பழகி விட்டிருந்தன. அதே மடத்தில் இன்னும் வேலைகளை அதிகமாகப்

பார்த்துக் கிடைக்கும் கூலியை அதிகமாக்கிக் கொண்டாள். அமிலம் அரித்த முகம் தந்த துயரமும், கை தந்த சிரமமும் காணாமல் போயிருந்தது. இந்தத் திருமணத்திற்குள் தன்னை அறியாமல், தன்னைக் கேட்காமல் யார் இழுத்துவிட்டது என்று தயாமலருக்கு யாரையாவது நிறுத்திக் கேட்க வேண்டும் போல் இருக்கும். அவள் முரண்படும் முன்னரே, கேட்கும் முன்னரே, வேண்டாம் என்று சொல்லும் முன்னரே எல்லாம் நடந்து முடிந்திருந்தன. சிக்கனம், தனிமை, உழைப்பில் வரும் களைப்பு, குழந்தைகளின் அன்பு, அவர்களின் தேவைகளை ஈடுகட்டுதல் என்ற அன்றாட மூச்சிரைத்தல்களுக்கு இடையே அவள் வாழ்க்கை உருண்டோடிக் கொண்டிருந்தது.

எப்பொழுதாவது வீட்டிற்கு வரும் வீட்டின் சொந்தக்காரர் மகன் மாணிக்கத்திற்கு அவள் வயது தான் இருக்கும் என்றாலும், அவ்வப்பொழுது வாடகை வாங்க வரும் சாக்கில் அவளின் அமில முகத்தின் மீதும் கையின் மீதும் தன் விரல்களால் பரிவின் கோடுகளைப் போட்டான். உள்ளூற தயாமலர் துவண்டு கொண்டிருந்தாள். தன் தலைமீது தொடர்ப் பனங்காய்கள் வீழ்வதைப் போல இருக்க, இவன் வந்து என்ன கொண்டு வரப்போகிறானோ என்று நினைத்தவள் தன் நகைகள் எல்லாவற்றையும் அடுத்த ஊரில் இருக்கும் தன் அக்காவிடம் கொண்டு கொடுத்து, அவள் என்ன கொடுக்கிறாளோ அதை வாங்கிக் கொண்டு வந்து வீட்டின் சொந்தக்காரர் வீட்டிற்குச் சென்றாள். ‘அந்த வீடு எவ்வளவு சொல்றீங்க? நான் வாங்கிக்கிறேன்’, நாற்காலியில் உட்கார்ந்திருந்தவளிடம், கொஞ்சம் கூட முகத்தில் அன்பில்லாமல் வந்து காபி வைத்துவிட்டுப் போனாள், அவருடைய மனைவி. அவளையே பார்த்துக் கொண்டிருந்த மாணிக்கத்தின் முகத்தில் குற்றத்தின் கோடுகள் ஓடிக்கொண்டிருந்தன. மாணிக்கத்தின் அப்பா என்ன நினைத்தாரோ, அமிலம் அரித்த அவள் கையினைத் தன் கையில் எடுத்து, ‘எவ்வளவு முடியுதோ, அவ்வளவு கொடு’, என்று கூற தயாமலர் மலையிலிருந்து நழுவி விழுந்த பாறை போல் அவர் காலடியில் விழுந்து தன் கையில் இருந்த பணத்தைக் கொடுத்தாள். உள்ளே சென்று பத்திரத்தை அவள் கையில் கொடுத்து, அடுத்த வாரமே மாற்றி எழுதித்தரேன் என்று

சொல்ல தயாமலர் தனியே அந்த இரவின் சாலையில் நடந்து வந்தாள். அவள் முகத்தில் கண்ணீர் கொட்டிக்கொண்டே இருந்தது. ஒரு வீட்டினைச் சொந்தமாக்கிவிட்டோம் என்ற தெம்பு ஓரத்தில் இருந்தாலும் தனிமை முன்பெப்போதையும் விட இப்போது பெருகியிருந்தது.

தயாமலருக்கு ஒரு பாட்டி இருந்தாளாம். பதின்மூன்று வயதிலேயே திருமணம். திருமணமாகிச் சென்ற வீட்டில் தன் கணவருடன் சேர்ந்து ஒன்பது பிள்ளைகள், மாமியாருக்கு. இவ்வளவு பேருக்கும் சமைத்துப்போடவே அவர் மணப்பெண் தேடினாராம். முதல் நாள் முதல் பதினைந்து ஆண்டுகள் கடைசிப் பையனுக்கும் திருமணமாகும் வரை பாட்டி அடுப்படியிலேயே இருந்து சமைத்துக் கொண்டே இருந்தாள். மாமியார் அடுத்த வீட்டிலிருந்து தீ வாங்கிவருவதிலிருந்து அடுப்பு எரிவதையே பார்த்துக் கொண்டிருக்கவேண்டும், அல்லது எரிகிறதா என்று பார்த்துக் கொண்டே இருக்கவேண்டும். ஒரு நாள் இவள் துணியில் தீப்பிடித்து அவள் வலது பரம் தோள்பட்டையும் முகமும் பரவி பெரிய தீக்காயம் ஆனது. காயங்கள் ஆறி அவளை யாரும் பார்க்கவொட்டா காலமாகியது. அடுப்பங்கறையிலேயே ஒட்டிக்கிடந்தாள். இடைப்பட்ட காலத்தில் கணவருடன் சேராமல் பார்த்துக் கொண்டார், மாமியார். எப்பொழுதாவது யாருக்கும் தெரியாமல் கணவர் முத்தமிட்டுக்கொண்டு போவாராம். கடைசிப்பையனுக்குத் திருமணமாகிப் பெண் வீட்டிற்கு வந்த பிறகு,' இப்பப் போய் உன் புருசனோட கிட', என்று சொல்லி அனுப்பினாளாம். அவள் கணவர் முழு இரவும் அவளைக் கட்டிக்கொண்டு அழுதாராம். 'எப்படி தங்கம் இப்படி எல்லாத்தையும் தாங்கிக்கிற?' என்று கேட்கும்போதெல்லாம் சொல்வாளாம், 'தனிமை தான் இருக்கிற எல்லா கஷ்டத்துலயும் தாங்கிக்க முடியுறது',ன்னு. அப்புறம் பிறந்தது தான் தயாமலரின் அம்மா, ஜெயசுதா.

ஜெயசுதாவும் இப்படித்தான் தயாமலருக்குத் திருமணமாகிய ஒரு வாரத்திலேயே வீட்டில் தீப்பிடித்துக் கருகி இறந்து போனார். வீட்டு வாசலில் இருந்த இரண்டு வேப்ப மரங்களும் ஒரு மாமரமும் தான் தயாமலருக்குத் துணையாகின. மாலை வேளை குழந்தைகள் திரும்புவதற்குள் மடத்திலிருந்து திரும்பிவிடுவாள்.

சுதாமதி, மிகவும் துடிப்பான பெண்ணாக இருந்தாள். நன்றாகப் படித்தாள். அவளுடைய பருவங்களில் அவளைத் தேடி வந்து ஆண்கள் பெண் கேட்டனர். சுதாமதி, தன் அம்மா கைகாட்டுபவரைத் தான் மணந்து கொள்வேன் என்றாள். தயாமலருக்குப் பெருமையாக இருந்தது. அந்த மூன்றறைகள் உள்ள வீடு, தயாமலரின் குடும்பத்திற்குப் போதுமானது. வீட்டின் முற்றத்தில் சில காய்கறிகளையும் கீரைகளையும் வளர்த்தாள். மரங்களில் வந்தமரும் பறவைகளின் காலை சத்தம், தினமும் நம்பிக்கையைக் கொடுப்பதாக இருந்தது. தயாமலரின் மனதில் நிலவிய மூச்சுத்திணறல், மெல்ல அவள் உடலுக்குப் பரவியது. எப்பொழுதாவது மடத்தில் இரவு வேலைகளுக்காகத் தங்க வேண்டிய அவசியம் வந்தால், மூச்சுத்திணறல் வந்து விடுமோ என்ற அச்சம் கொள்ள வேண்டியிருந்தது. அப்படி சில முறைகள் வந்தேவிட்டதும் மடத்தின் சுப்பீரியர் அவசரசிகிச்சைக்கு வழி இன்றி தவித்தாள். ஒரு மணி நேரத்திற்கும் மேல் பயணம் செய்து தான் அரசு மருத்துவமனைக்குச் செல்லமுடியும். குளிர்காலங்களில், மூச்சுத்திணறல் அதிகமாய்ப் பீடித்தது. குழந்தைகள் உறங்குகையில், அவர்களுக்குத் தொல்லையில்லாமல் இருக்க சற்று தள்ளி அமர்ந்து சுவரோரம் குத்தவைத்து அமர்ந்து உடலின் வலிமையை எல்லாம் சேர்த்து சமாளிக்க வேண்டியிருந்தது.

சுதாகருக்குத் திருமணத்தை முடித்தாள். சுதாகரின் மனைவியின் அறையிலேயே தயாமலரின் பீரோவும் இருக்க, அவ்வப்பொழுது அந்த அறைக்குச் செல்ல வேண்டியிருந்தது. சுதாகரின் மனைவி, மீனா தயாமலருடன் சண்டையிட்டாள். தன் பீரோவைத் திறக்கும் சாக்கில், என் பீரோவைத் திறந்து என் புடவைகளை எல்லாம் எண்ணிப் பார்க்கிறாள் உன் அம்மா என்று சுதாகருடனும் இரவில் பிணங்கிக்கொண்டாள். சுதாகருக்கு எரிச்சலாக இருந்தது. அதெப்படி தன் அம்மா செய்வாள் என்று மீனாவிற்குப் பதில் சொல்ல முடியவில்லை. ‘தினம் தினம் உங்க அம்மா முகத்தைப் பார்க்குறது வாழ்க்கைக்கு நல்லது இல்ல’, என்று தனிக்குடித்தனத்திற்கு அழைத்துக் கொண்டே இருந்தாள். சுதாகரும் என்ன நினைத்தானோ, மும்பையில் தன் கம்பெனியின் தலைமை நிறுவனத்திற்கு விண்ணப்பித்து

சில மாதங்களிலேயே அங்கு நகர்ந்து விட்டான். அவன் குடிபெயர்ந்து சென்ற அன்று தயாமலர் இடிந்து போனாள். இதுவரை, தன் மகனை இவ்வளவு பிரிந்து இருந்ததே இல்லை என்பது அவளுக்கு உறைத்தது. சுதாமதி தான் தயாமலருக்கு ஆறுதல் கூறினாள். 'இங்க இருந்தா, அவன் பொண்டாட்டிக்கும் உனக்கும் சண்டை வருதுல்லம்மா. அதான் போகலாம்னு முடிவு செஞ்சிருப்பான்', என்று சொல்ல தயாமலர் சுதாமதிக்கும் இந்த ஏற்பாடில் உடன்பாடு தான் போல என்று நினைத்துக் கொண்டாள். கோடைக்காலம் தொடங்கி, புழுக்கமும் வெயிலும் மௌனத்தை நிறைத்த ஒரு நாள், சுதாமதி ஆளுயரக் கண்ணாடி முன் நின்று, 'இங்க பாரேம்மா. முடி நரைக்கத் தொடங்கியிருச்சி', என்று சொல்லித் தன் திருமணக்காலத்தை நினைவூட்டினாள். தயாமலர், எல்லா கடந்தகாலங்களையும் உதறி மனதைத் தேற்றிக் கொண்டு மீண்டும் ஓடத் தொடங்கினாள். சுதாமதியின் திருமண வேலைகளில் இறங்கி மணமகன் தேடினாள். சுதாமதி, எல்லா தகுதிகளையும் புறக்கணித்துவிட்டு, நல்ல சொத்தும் வருமானமும் உள்ள மணமகனையே தேடினாள். அதே சமயம், சென்னையில் ஓர் அரசுக் கல்லூரியில் வேலை கிடைத்தது. தயாமலருக்கு மகிழ்ச்சியாக இருந்தது. இத்துடன் தான் தனியே பட்ட பாடுகள் எல்லாம் ஓய்ந்து விடும் என்று எண்ணித் திருமணச் செலவுக்கு அந்த வீட்டையே விற்பதென முடிவு செய்தாள்.

வீட்டை விற்கலாம் என்ற முடிவிற்குப் பின் வீட்டை விட்டு வெளியே வந்து பார்க்கையில் தான் வீட்டிற்கும் வயதாகியிருந்தது வெளிப்படையாக இருந்தது. வீட்டின் சுவர்களில் பழுப்பேறி, எந்தப் பராமரிப்பற்றும் இருக்கும் தயாமலரைப் போல எவரும் இன்முகத்துடன் விரும்பிப் புன்னகைக்கக்கூடிய அவசியம் அற்றதாய் மாறியிருந்தது. சோகம், தனிமை, கைவிடப்பட்ட தன்மை. நீண்ட காலம் ஒரே வேலையைச் செய்துகொண்டிருக்கும் அயர்ச்சி என வீடு மண்ணோடு மண்ணாய் அமுங்கிப் போயிருந்தது. வந்த விலைக்கு வீட்டை விற்றாள். திருமணத்தை முடித்துவிட்டு, தான் மடத்திற்கு நகர்ந்தாள். மடத்தின் ஒரு குறுகிய அறையை தயாமலருக்கு ஒதுக்கிக் கொடுத்திருந்தனர். மடத்தின் அன்றாடத்தில் தயாமலரும் ஒருவரானாள். அமிலம் சிந்திய முகம் கையும் என்றாலும் பார்க்க ஒரு பள்ளி ஆசிரியை போலவே தன் தோற்றத்தை உடையை நேர்த்தியாக வைத்திருப்பாள்.

சுப்பீரியர் முதற்கொண்டு வாட்ச் மேன் வரை, தயா தயா என்றே அழைத்து நெருக்கத்தைக் காட்டினர். ஆற்றினை ஒட்டியிருந்த அந்த மடம், புகழ் பெற்றது. தினமும் ஏதாவது கருத்தரங்கமும், விழாவும் என அமர்க்களமாய் இருக்கும். பல மாலை நேரங்களில் சுப்பீரியர் உடன் ஆற்றினை ஒட்டி நடைப்பயிற்சிக்குச் செல்வாள். சுப்பீரியர், அவளுக்குப் பதவி உயர்வு கொடுத்து தன்னுடைய செக்கரட்டரியாக வைத்துக் கொள்வதாகவும் சொன்னாள்.

குளிர்காலம் வந்தது மீண்டும். மூச்சுத்திணறல் வேகமெடுத்தது. சுப்பீரியர் தயாமலரைப் பேணும் மருத்துவ வசதிகளின் போதாமையை உணர்ந்து, அவள் மகனுடனோ மகளுடனோ சென்று இருப்பது தான் நல்லது என்று கூறினாள். சுதாமதி, அழுத்தம் திருத்தமாகப் பேசினாள். 'இங்க பாரும்மா. சின்ன வயசிலேர்ந்தே அவ்வளவு கஷ்டமான வாழ்க்கையப் பாத்துப் பாத்து இப்பத்தான் ஒரு வசதியான வாழ்க்கைக்கு வந்துருக்கேன். நீ இங்க வந்தா திரும்ப அந்தப் பழைய வாழ்க்கை தான் நினைவுக்கு வரும். அதுவும் பொண்ணு வீட்டுல வந்து தங்குறது நல்லதுல்ல. சாரி, நான் இருக்குற அட்ரஸ் கூட உனக்குத் தெரியவேணாம்னு நினைக்கிறேன். நீ ஏன் அண்ணன் கூடப்போய் இருக்கக் கூடாது. கொஞ்சம் அட்ஜஸ்ட் பண்ணிக்கிட்டா போதும். அண்ணி நல்லாதான் பாத்துக்கும்', என்று அழைப்பைத் துண்டித்துவிட்டாள். மடத்தின் மிகப்பெரிய மாமரத்தைச் சுற்றிய சிமெண்ட் மேடையில் உட்கார்ந்தால் ஆறு இரவுக்குள் பாய்ந்து நெளிந்து ஓடுவது தெரியும். மேடையில் அமர்ந்து அந்த இரவு முழுக்க ஆற்றையே பார்த்துக் கொண்டிருந்தாள். மகள் சொன்ன வரிகளே தயாமலரின் நெஞ்சில் குறுக்கும் நெடுக்குமாக ஓடிக் கொண்டிருந்தன.

சுப்பீரியரே மும்பை பயணத்திற்குச் சீட்டு பதிவு செய்து கொடுத்தாள். தான் அவன் வீட்டிற்கு வருவதைச் சொல்லிவிட, இரண்டு முறைகள் ஏற்கெனவே சுதாகரை அழைத்தாள். அவன் அழைப்பை ஏற்கவே இல்லை. மும்பை செல்லும் ரயிலில் ஏற, கிட்டத்தட்ட தன்னுடைய எல்லா சாமான்களையும் ஆறு பைகளுக்கும் மேலே எடுத்துக் கட்டிக் கொண்டு வந்திருந்தாள். ரயில் வரும் நேரத்திற்கு யாரையேனும் உதவிக்கு

அழைக்கவேண்டும், என்று எண்ணிக் கொண்டிருக்கும்போதே, தன் அம்மாவை ரயில் ஏற்றிவிட வந்திருந்த ஒரு பெண்ணிடம் இதைச் சொல்லவும் அவள் பயணமூட்டைகளை ஏற்றிக் கொடுப்பதாகச் சொன்னாள். அவளும் அறிவுரை சொன்னாள். அந்த வீட்டில் உங்களுக்கான பங்கை வைத்துக்கொண்டு தான் நீங்கள் கொடுத்திருக்கவேண்டும், உங்கள் மகளுக்கென்றாலும். மண்டையில் உச்சி வெயில் பிளக்கும் மதியப் பொழுதில் அந்த ரயில் கிளம்பியது. பயண வழியெங்கும் யாருடனும் பேசவில்லை. பேசத் தோன்றவில்லை. மனம் எங்கெங்கோ ஓடிக்கொண்டே இருந்தது. தனக்கு விவரம் போதாது. விவரம் என்றால் என்ன. கொஞ்சம் சூதும் வாதும் தான். மகளிடமே சூது செய்யத் தெரிந்திருக்கவேண்டும். தன் கணவர் தன் மீது பிரியமாகத்தான் இருந்தார். ஆனால், வாழ்க்கையை வாழத் தெரியவில்லை. எந்தத் திக்கில் தன் உடலும் வாழ்வும் முன் சென்று கொண்டிருக்கிறது என்று தெரியவில்லை. இந்த முகம் என்று தனக்குத் தோன்றியதோ அன்றிலிருந்து தன்னுடன் வருபவர்கள் தனக்குப்பின் வந்தவர்கள் என எல்லோரும் கூட முண்டியடித்துக் கொண்டு தன்னைக் கடந்து போகின்றனர். மகள் எம்மாத்திரம். ரயில் போகும் திசையில் அவள் எண்ணங்கள் எல்லாம் ஓடிக் கொண்டிருந்தன. ஏதோ கண்முன் வந்ததைச் சாப்பிட்டுவிட்டு நடைபிணம் போல இருந்தாள். கண்ணில் வியர்வை போல கண்ணீர் கசிந்தது.

சுதாகர் வீட்டில் இல்லை. ஒரு பேச்சுக்குக் கூட மீனா வாவென்று சொல்லவில்லை. நடை வாசலை ஒட்டிப் பைகளை அப்படியே வைத்துவிட்டு ஒரு நாற்காலியில் அமர்ந்து தூங்கிப்போனாள். மீனா, சுதாகரை அழைத்துச் சொல்லியிருப்பாள் போலும். சுதாகர் சீக்கிரமே வந்துவிட்டான். ‘வா, ஒரு நடை, கோயிலுக்குப் போயிட்டு வரலாம்,’ என்றான். உடலுக்குப் படுக்கையில் கிடந்து தூங்கவேண்டும் போல இருந்தது. ஒரு நீண்ட தூக்கம் தேவைப்பட்டது. கோயில் வளாகத்தில் யாரும் இல்லை. அங்கொருவர் இங்கொருவராய் இருந்தனர். யாருக்கும் மொழி புரியப்போவதில்லை என்பதால், சுதாகர் சத்தமாகப் பேசினான்.

'என்கிட்ட வராத, உன்னால எனக்கும் அவளுக்கும் சண்டை வந்துக்கிட்டே இருக்கு'.

'நான் உனக்கு ரெண்டு தடவ ஃபோன் பண்ணினேன்'

'அதான் எடுக்கலேல்ல. வந்துருக்கக்கூடாது'

'என்னடா சொல்ற, உன்னைப் பெத்தவக்கிட்ட பேசற பேச்சா இது!'

'என்ன செய்யச் சொல்ற. நான் என்னமோ பெத்துப் போடுன்னு உன்ன கேட்டமாதிரி பேசுற. என் பொண்டாட்டிக்கு உன்னைப் பிடிக்கல'

'ஏன்?'

பதில் சொல்லவில்லை. தவறாகப் பேசத்தொடங்கினாள. ஏதோ வேகத்தில், 'உங்கப்பா செத்ததுக்குப் பிறகு, நான் யாரையாவது போய் கல்யாணம் பண்ணியிருக்கனும் அப்டத் தெரியும்', என்று சொல்ல, சுதாகர் கொஞ்சமும் உணர்வின்றி அசிங்கமாகப் பேச, பதிலுக்கு தயாமலரும் பேச, அருகில் இருந்த கல்லை எடுத்து தயாமலரின் தலையில் அடித்தான். மண்டை நடுவே விண்ணென்று தெறிக்க இரத்தம் வழிந்தது.

கையில் இருந்த மோதிரத்தை விற்று, மீண்டும் ரயிலுக்குப் பதிவு செய்து அடுத்த ரயிலுக்காக ஒரு நாள் ரயில் நிலையத்திலேயே காத்திருந்து மடத்திற்கு வந்து சேர்ந்தாள். சுப்பீரியர் உடலை ஆம்புலன்சில் ஏற்றிக் கொண்டிருந்தனர். சுப்பீரியரின் உதவியாளர் ஆனி ஓடிவந்து,'தயா, உனக்கு ரெண்டு நாளைக்கு முன்னாடி ஃபோன் வந்துச்சு. உன் பொண்ணுக்கும் அவ புருஷனுக்கும் சண்டையாம். அவருக்கு ஏதோ உறவாம். தட்டிக்கேட்ட உன் பொண்ணு மேல மண்ணெண்ணெயை ஊத்தி எரிக்க ட்ரை பண்ணிருக்காரு. காப்பாத்திட்டாங்க. உயிர் பொழைச்சாலும் முகம் மார்பு தொடை வரைக்கும் காயமாம். ஆற மூணு மாசமாகுமாம். நீ தான் பாத்துக்கனுமாம்', என்று சொல்ல தயாமலருக்கு உடலெல்லாம் நடுங்கத் தொடங்கியது.

*

மீமொழி

புலிக்குட்டி, வில்லிசைக்கலைஞரானது ஒரு சுவாரசியமான கதை. புலிக்குட்டியின் அப்பா சுந்தரம் புலிக்குட்டி ஆங்கிலேயர் களுக்குத் தமிழ் சொல்லிக் கொடுக்கும் ஆசிரியராக இருந்தார். ஆங்கிலேயர்களுக்கு ஆங்கிலம் கற்றுக்கொள்ளும் அவசியம் இல்லை. என்றாலும் மொழி பெயர்க்க, அவ்வப்பொழுது சிறிய விடயங்களுக்கு விளக்கம் கொடுக்க, அதிலும் அவர்களுடன் வந்த பெண்கள் தமிழில் ஆர்வம் காட்ட அவர்களுக்குப் பெயர்ப்பலகைகளை வாசிக்க வசதியான அடிப்படையான மொழி மட்டும் தேவைப்பட்ட பொழுது மொழியின் எழுத்துகளை அழகாக, வடிவாக அவற்றின் ஒலிநயத்துடன் சொல்லிக்கொடுப்பதில் வல்லவராக இருந்தார். நாக்கில் எழுத்துகளை ஒட்டவைப்பதில் இருக்கும் வித்தையை அவர் ரசித்தார். புலிக்குட்டி எப்பொழுதாவது உடன் செல்வார். என்றாலுமே, இருவருமே கோயில்களுக்குச் சென்று இரவில் தங்கி வருவார்கள். வேலைகள் முடித்து வீடு திரும்புவதற்கு சில காடுகளையும், பரந்த வயல்வெளிகளையும் கடக்க வேண்டியிருந்ததால், அவற்றைக் குறித்த அச்சம் நிரம்ப இருந்ததால், புலிக்குட்டி சிறுவனாக இருந்ததால், சுந்தரம் புலிக்குட்டி அந்தந்த ஊர்களில் இருக்கும் கோயில்களின் வளாகத்தில் தன் மகனுடன் தங்கிவிடுவார். முக்கியமான விடயம், இருவருக்குமே கடவுள் நம்பிக்கை இல்லை. சுந்தரம் புலிக்குட்டிக்குக் கடவுள்

அறவே இல்லை. புலிக்குட்டிக்கும் அதையே ஊட்டினார். மொழி தான் எல்லாம். நாக்கை வளர்க்க எது உதவுகிறதோ அதுவே எல்லாம். மொழியைச் சொப்புக்கொட்டி இருவருமே ருசித்தனர் என்று சொல்லவேண்டும். யாருக்கேனும், மொழியைப் புகட்ட வேண்டுமென்றால் போதும் சுந்தரம் புலிக்குட்டி மண்டியிட்டுவிடுவார். திளைப்பார். மொழியின் சுவாரசியங்களை அவர்களுக்குக் கொடுத்துவிடுவதில் தன்னை ஒப்புக்கொடுப்பார்.

இரவுகளில் கோயில்களில் தங்கும்போது அந்தந்தக் கோயில்களின் கடவுளரை, தேவதைகளை, உக்கிர தெய்வங் களைப் பற்றிய கதைகளை அந்தந்தக் கோயில்களின் பூசாரிகள் சொல்வதுண்டு. “கடவுள் இருக்காருய்யா, அந்தக் கடவுள்களுக்குக் கதைகளும் இருக்குய்யா. கடவுள் இல்லேன்னா இந்தக்கதைகள் எல்லாம் இருந்துருக்கக் கூடாதுல்ல”, என்று சொல்ல புலிக்குட்டி தான் விதண்டாவாதம் பேசுவான். பத்து வயதிலேயே அவனுக்கு அப்பனை விட அதிகமாய்க் கடவுளர் மீது நம்பிக்கை இல்லாமல் இருந்தது. சுந்தரம் புலிக்குட்டி தன் மகனின் கொந்தளிப்புகளை ரசித்தபடியே அடக்குவார். ‘இருங்க தம்பி, கதை தான. கேப்போம். ஒருவகையில, மொழியோட சுருட்டல் தான் கதை. அப்படியே அத உருட்டி உருட்டி நம்மக்கிட்ட உருண்டையா கொடுக்குறது தான் கதை’, என்று சொல்லும்போது பளபளக்கும் அப்பாவின் முகத்தை புலிக்குட்டி மிகவும் ரசிப்பான். அப்பொழுது அவரது விரல்களில் ஆள்காட்டி விரலில் சுண்ணாம்பு ஒட்டியிருக்க, வெற்றிலைக்காம்புகளைக் கிள்ளி அவற்றில் பாக்குச்சீவலை பொதிந்து வாயில் அவற்றை லாவகமாக மடித்து அதக்கும்போது, புலிக்குட்டிக்கும் வாய் ஊற்றெடுக்கும். சிறுவர்கள் வெற்றிலை தின்னக்கூடாது என்று சொல்லி அப்பா என்றோ தடை போட்டு விட்டார்.

கதைகளில் பெரும்பாலும் பெண் தெய்வங்களின் துடிப்பு நிறைந்திருக்கும். இசக்கியம்மன், சுடலை மாடன், பத்ரகாளியம்மன் கதை, முத்தாரம்மன், மாரியம்மன் கதை, கண்ணகி கதை, முத்துப்பாட்டன் கதை, சாத்தான் கதை என்று சொல்லிய ஒவ்வொரு கதையையும் முன்பு கேட்டோரிடம் இருந்து அறிந்த தகவல்களுடன், சிலேடைகளுடன், மொழியணியுடன் சேர்த்து

மனதில் பாடம் ஆக்கிக் கொள்வார்கள் இருவருமே. இது தான் இவர்கள் இருவரின் கற்றல் முறையுமே. பாட்டாய், செய்யுளாய், கதையாய் எப்படிக் கேட்டாலும் புலிக்குட்டியின் நாவில் அது மணி போல உருண்டு தித்திக்கும். சுந்தரம் புலிக்குட்டிக்கு இது உண்மையிலேயே வியப்பு. இரவு, கோயில்களை அப்பியிருக்கும் கதாபாத்திரங்கள் எல்லாம் எழுந்து வருவதும், அவை தம் வீரசாகசங்களைச் செய்வதும் என ஒரு விநோதமான வெளிகளுக்குள் இருவரும் நுழைந்து வருவார்கள். இரண்டு மணி தாண்டும்போது உறங்கிப் போவார்கள். ஐந்து மணிக்கெல்லாம், சுந்தரம் புலிக்குட்டி, மகனைத் தட்டியெழுப்புவார். 'அம்ம தேடுவா. எழுந்திரு'. அருகில் இருக்கும் குளத்திலோ ஓடையிலோ குளித்து நனைத்த உடையையே பிழிந்து உடுத்திக் கொண்டு நன்கு விடிவதற்குள் வீட்டிற்குச் சென்று விடுவார்கள். சில ஆண்டுகளில், அப்பாவுடன் தொடர்ந்து சென்ற பயணத்தில் புலிக்குட்டிக்கு எல்லா கதைகளும் அத்துப்படி.

புலிக்குட்டியின் பதினைந்து வயதில் அப்பாவும் அம்மாவும் ஒருவர் பின் ஒருவர் இறந்து புலிக்குட்டி அநாதையான போது, கடவுள் இல்லவே இல்லை என்பது உறுதியானது. வாழ்க்கை, வேறு திசைக்கு வேகப்பட்டது. வில்லிசைப்பாட்டுப்பாடுவது ஊருக்கு ஊர் வழக்கமானது. எல்லா வீர தெய்வங்களின் கதைகளும் அத்துப்படி என்பதால், தானே செய்யுள்கள் புனைவதில் வல்லவராய் இருந்ததால், எந்த மேடையையும் தனது மேடையாக்கிக் கொண்டு, கண்ணை மூடிப் பாடுவதில் மக்கள் கூட்டம் அவரை நாடியது. இறை வணக்கத்தை மட்டும் தான் பாட மாட்டார். தன் உதவியாளர் ஆறுமுகத்தைப் பாடச் சொல்லிவிடுவார். காப்பு விருத்தம் என்று சில வரிகளைப் பாடுவார். அது மொழிக்கான காப்பு போலவே இருக்கும். குருவடி பாடும் போது தன் தந்தையைப்பாடி சுந்தரம் புலிக்குட்டிக்கு வணக்கம் சொல்லி முத்தாய்ப்பாய் முடித்து கதைக்குள் நேரடியாகச் செல்வார். வில்லில் கணங் கணங்கென்று அவர் குடத்தைப் பற்றியிருக்கும் வில்லை அடித்துப் பாடத்தொடங்கும்போது ககனமே அவரைச் சுழன்று நிற்பது போன்ற ஒரு மெய்சிலிர்ப்பு எல்லோருக்கும் ஏற்படும். எல்லா வீடுகளிலும் இருந்து கை விளக்குகளுடன் ஓலைப்பாய்களுடன்

குடும்பங்களுடன் வந்து அமர்ந்து விடியும் வரைக் கேட்டுவிட்டே வீடு சென்று தூங்குவர். சூரியன் உதயமான பின்னரே முடிப்பார். அதிலும், முப்பந்தல் இசக்கியம்மன் பாடலைப் பாடினால் நவக்கியானியின் கதை முடிந்து மறு பிறப்பு கொண்டு மீண்டும் பிறப்பெடுக்கும் இசக்கியின் கோபத்தில் எல்லோரும் ஆங்காரம் கொள்வார்கள். அவள் மறு ஜென்மத்தில் பழிவாங்கும் படலம் வருகையில் எல்லோரின் கண்களிலும் கனலை மூட்டுவார். எத்தனைப் பிறப்பெடுத்தாலும் பெண்ணின் காதலைச் சந்தேகிக்கலாகாது என்று அழுத்தம் திருத்தமாய் வாழி பாடுகையில் எல்லோரின் கண்களிலும் தூக்கம் கலைந்து களைப்பு களைந்து அவளிடம் ஏதோ வரத்தை வேண்டிப் பெறவேண்டும் என்ற பாவனை தோன்றியிருக்கும். பாட்டை முடிக்கையில், அவருக்குப் பணமாலை போடுவார்கள், பொன்முடிப்பு கொடுப்பார்கள். அதில் எதிலுமே அவருக்கு மனம் ஒட்டாது. வெற்றிலைகளைக் கையில் எடுத்து ஆட்காட்டி விரலில் சுண்ணாம்பைத் தடவி, பாக்குச் சீவல்களை அதக்கி வெற்றிலையின் முதுகில் சுண்ணாம்பைத் தடவி நாவில் கொடுத்தார் என்றால் எல்லா மொழி உருட்டல்களும் அடங்கி அமைதியாகி இருப்பார். யாரிடமும் எதுவும் பேசமாட்டார். வீட்டை நோக்கி வேகமாக நடந்து சென்று விடுவார்.

மாயமான் குறிச்சியில் வில்லுப்பாட்டு நிகழ்வில், எல்லோரும் சுடலை மாடன் கதையைக் கேட்க, என்னவோ தான் இசக்கியம்மன் கதையைப் பாடவே தயாராக வந்துள்ளதாகச் சொல்லி அப்படியே தொடங்கினார். புலிக்குட்டியின் பேச்சுக்கு மறு பேச்சு ஏதுமில்லை என்பது எல்லோருக்கும் தெரியும். எல்லா வில்லிசைப்பாட்டு நிகழ்விலும் முன்வரிசையில் இருக்கும் முத்தம்மாவை புலிக்குட்டி கவனிக்கத் தவறவில்லை என்றாலும், அவள் கண்களில் கனலும் காதலைத் தாங்கிக் கொள்ளும் வலு தனக்கில்லை என்று தவிர்த்தார். முழு இசை நிகழ்விலும் கண்மூடியே பாடும் அவர் எப்பொழுதாவது தப்பித்தவறி கண்களைத் திறந்தால், முத்தம்மாவின் கண்களே தன்னை ஆக்கிரமிப்பதை உணர்ந்தார். குறுகுறுவென்று அவள் அவரையே பார்த்துக் கொண்டிருப்பாள். ஒவ்வொரு இசை நிகழ்விலும் அவர் பாடும், மாற்றிப் பாடும் செய்யுள்களின்

அழகிற்குத் தன் இதயத்தைக் கொடுத்திருந்தாள். அவர் பாடும் இசக்கியாக, நவக்கினியாகத் தான் மாற வேண்டி அவரையே காமுகித்தாள். இதயம், கண்கள், முலைகள், தொடைகள் எல்லாம் அவருக்காய்த் துவண்டு அலைந்தன. இளமையின் இரு தீபங்களும் நின்றெரிந்தது போல் ஒருவரின் கண்ணில் இருவரின் ஒளி துலங்கும்படியாக சில காலங்கள் எரிந்து கொண்டிருக்க, முத்தம்மா தான் முடிவை எடுத்தாள்.

மாயமான் குறிச்சி, இருளப்பபுரம், வல்லன் குமாரன் விளை என ஒவ்வொரு இடத்திலும் மூன்று இரவுகள் தொடர்ந்து வில்லுப்பாட்டிசை நிகழ்வில் தீவிரம் கொண்டிருந்தார் புலிக்குட்டி. அந்தக் கதையின் உள் உலகின் வசீகரம், நம்பகத்தன்மையும் கதை மாந்தர்களில் இலட்சியத்தின் ஒளி குன்றாமல் அவர்களுக்கு எல்லாம் எல்லாவற்றையும் தந்துவிட வேண்டும் என்றே குறியாக இருந்தார் புலிக்குட்டி. ஊரெல்லாம் அவர் புகழ் பரவி அவரை கொண்டாடினர் மக்கள். பெண் குழந்தைகளுக்குப் பெயர் சூட்ட அவரிடம் தான் கொண்டு வருவார்கள். இசை நிகழ்ச்சி முடிந்து அதிகாலையில் அவர் செல்லும் முன் பெயர் சூட்டிக்கொள்ள குழந்தைகளுடன் பெற்றோர்கள் வந்து நின்றார்கள். ஊரெங்கும் புலிக்குட்டிக்கு எதிராகப் போட்டி உருவானதை அறிந்தாலும், புலிக்குட்டிக்குப் போட்டியின் மீது ஈடுபாடில்லை. கதையின் மொழி உலகம் வசீகரித்த அளவிற்கு யதார்த்த உலகத்தில் அவர் தன்னை ஈடுபடுத்திக் கொள்ளவில்லை.

உதயவேளையில், அவர் முந்திரிக்காடு வழியாக நடந்து செல்கையில் முத்தம்மாவும் பின் தொடர்ந்தாள். எட்டி எட்டிச் சென்றாலும், இவள் தன்னை விட மாட்டேன் என்கிறாளே என்று நினைக்கையில் அவள் அருகில் வந்திருந்தாள். அவர் திரும்பி நின்றார், 'முத்தம்மா...எனக்கு இந்த வாழ்க்கையில நம்பிக்கை இல்ல', என்று சொல்லி முடிக்கும் முன் அவள் அவருடைய இதழ்களைக் கவர்ந்து அவரைக் கட்டியணைத்துத் திக்குமுக்காடச் செய்தாள். மனிதர்கள் நடந்து சென்றால் இனம் காண முடியாத ஒரு முந்திரிக்காடு அது. அந்த அடர்த்தியான புதர் போன்று இருந்த முந்திரிக்காட்டிலேயே அவருடன் கூடினாள். புலிக்குட்டியின் வீறாப்பெல்லாம், முத்தம்மாவிடம் சரணடைந்தது. எழுந்து மண்ணைத் தட்டிக்கொண்டு, 'எங்கிட்ட

இருந்து தப்பிக்கலாம்னு மட்டும் நினைக்காதேயும். இந்த ஒரு தடவையே எனக்குப் போதும். குழந்தை உண்டாக்கிட முடியும் என்னால', ஏதோ சபதம் போல் சொல்லி விட்டு அங்கிருந்து நகர்ந்தாள். விலகிக் கிடந்த வேட்டியை இழுத்து அழகாகப் படிய கட்டிய படியே, அப்படித் தன்னிடமிருந்து விலகி சென்ற முத்தம்மாவின் உருவம் மறையும் வரை அங்கேயே நின்று அவளையே பார்த்துக் கொண்டிருந்தார். அந்த உருவத்தின் மீது அவ்வளவு பிரியமும் பிடித்தமும் அவருக்கு ஏற்பட்டது.

அங்கிருந்து வீட்டிற்கு வந்தவரின் முகத்தின் மீது முத்தம்மாவின் முகம் மீண்டும் மீண்டும் வந்து முன் நின்றது. உறக்கத்தில் விதவிதமான நகைகள் எல்லாம் அணிந்து அவளின் நிர்வாண உடலை வருடிக் கொடுத்தார். அவள் உடல் கொஞ்சம் ஒளிர்ந்தது போல் இருந்தது. ஒரு குழந்தையைப் போல் அவரது இடது தோளின் மீது கிடந்து மார்பில் தன் விரல்களால் எழுதிய படியே பேசினாள், கனவில் பேசிக் கொண்டிருந்தவள் திடீரென பேச்சற்றுப் போனதில் அதிர்ச்சி கொண்டு தூக்கத்திலிருந்து பதறி எழுந்தார். வீட்டின் பின்புறம் சென்று கிணற்றில் நீர் வாரி குளித்தவர், பெட்டியிலிருந்த புதிய வேட்டியையும் மேற்துண்டையும் அணிந்து கொண்டு முத்தம்மாவின் வீட்டு வாசலில் வந்து நின்றார். முத்தம்மாவின் முகத்தில் கள்ளம் இருந்தாலும் இவ்வளவு வேகமாய் நெருக்கமாய் எதுவும் நிகழும் என்று நடக்கவில்லை. முத்தம்மாவின் அம்மாவும் அப்பாவும் புலிக்குட்டி மீது மிகுந்த மரியாதையைக் கொண்டிருந்தனர். விவசாயிகள். தினம் தினம் உழைத்து வீட்டிற்கு நெல்மணிகளைத் திரட்டிவருபவர்கள். புலிக்குட்டியின் கதைகளை அங்கும் இங்குமாய் சில முறைகள் கேட்டிருக்கின்றனர். தங்கள் பெண்ணைக் கேட்டு வந்ததில் மகிழ்ந்தாலும் என்ன சொல்வதென்று தெரியாமல் திகைத்தனர். பனைவெல்லமும் கஞ்சியும் கொடுத்தனர். புலிக்குட்டி நிறைவாய் என்ன சொல்லப் போகிறார் என்றே காத்துக் கொண்டிருந்தனர். “முத்தம்மாவ இன்னைக்கே கூட்டிட்டுப்போகலாம்னு இருக்கேன்” முத்தம்மாவின் அப்பா ஒரு மணக்கணக்கு போட்டுக் கொண்டு இருந்தார். எப்படியெப்படியெல்லாம் தான் தயாராக வேண்டும் என்று நினைத்துக் கொண்டிருக்கும்போதே, புலிக்குட்டி,

“இன்னைக்கே மாலை மாத்திக்கிறேன்”. அங்கே ஓரமாய் நின்று கொண்டிருந்த முத்தம்மாவின் தமையனை அழைத்தார். “எனக்கு இந்தச் சடங்குலெல்லாம் நம்பிக்கையில்ல. போய் குங்கும நிறத்துல ஒரு பட்டுப்புடவையும் ரெண்டு கனத்த முல்லை மாலையும் வாங்கிட்டு வா”. முத்தம்மாவின் தமயன் திரவியம் விரைந்தான்.

பட்டுப்புடவையை அணிந்து வந்த அவளின் வெளிப்படையான தோள்கள் மீது அப்பொழுதே காமம் உண்டாகியது புலிக்குட்டிக்கு. மாலையை அணிவித்து ஊரெல்லாம் வாசலில் நின்று வியக்கத் தன் வீட்டிற்கு அழைத்துச் சென்றார். முழு இரவும் அவளைக் கொண்டாடினார். அவள், அவரைக் கொண்டாடினாள். ஓரே நாளில் எல்லாவற்றையும் மாற்றும் ஊக்கம் கொண்டிருந்த இருவரும் பெண் ஆணாய் மேடையேறத் தொடங்கினார்கள். சில மேடைகளில் இசக்கியம்மன் கதையை அவள் பாட, புலிக்குட்டி சாத்தன் கதையைப் பாடுவார். இருவரும் தெருவில் ஊருக்குள் நடந்து வந்தால் ஊர்மக்கள் இருவரையும் வணங்கி மகிழ்ந்தனர். முந்திரிக்காட்டில் நிகழ்ந்த கூடலிலேயே கரு முத்தம்மாவின் உடலில் நின்று வளர்ந்தது. நிறை மாதத்தில் கூட, மழைக்காலத்தில் கூட ஊரெங்கும் இவர்கள் குரல் ஒலித்தது. இருளைக் கீறி, காடுகளைத் தாண்டி கேட்போர் மனதில் எல்லாம் கதை மாந்தர்கள் வீர தீரச் சாகசங்களும், கோபங்களும், கருணைகளும் விளைந்தன. முத்தம்மாவின் குழந்தைக்கு, பாடலரசன் என்று பெயரிட்டார் புலிக்குட்டி.

பாடலரசன் வளர்ந்து புலிக்குட்டியைப் போலவே பாடுபவனாக இருந்தாலும், அவன் ஈடுபாடு வேறு திசையில் சென்றது. புரட்சி மிக்க எழுச்சி மிக்க பாடல்களையே பாடினான். மக்கள் கூட்டங்கள் கூட்டும்போது, அங்கே அவன் எழுச்சிப் பாடல்களுடன் கூட்டங்களைத் தொடங்குவதில் எல்லோரும் மகிழ்ந்தனர். அவன் புலிக்குட்டியைத் தாண்டிச் சென்றான். இருவருமே ஒருவர் மீது ஒருவர் நிறைந்த பிரியம் கொண்டிருந்தாலும் ஒருவரையொருவர் அதிகமாய் மதித்தனர். புலிக்குட்டி பாடலரசனிடம் வேண்டுகோளாய்க் கூட எதையும் முன்வைப்பதில்லை. கோயில் வாசலிலே கூட பாடலரசன்

வந்ததில்லை. ஆனால், சுந்தரம் புலிக்குட்டி, புலிக்குட்டி இருவரின் குரல் வன்மையையும் இனிமையையும் மொழிச் செழுமையையும் கொண்டிருந்தான். இயக்கங்களை வளர்த்தெடுக்க, மக்களிடம் எழுச்சியை உண்டாக்கப் பாடலரசனையே அழைத்தார்கள். மக்கள் பக்கம் நின்றான். சில முறைகள் கைதாகி, சிறைக்குச் சென்றான். முத்தம்மா தான் கவலை கொண்டாள். மகனை ஊரார் புகழ்ந்தாலும் ஏதோ விபரீதமான செயல்களையே அவன் செய்ததாக உணர்ந்தாள்.

மழைக்காலம் தொடங்கியது. மழை நில்லாமல் பெய்து எல்லா நீர்நிலைகளும் நிரம்பிய காலம். எப்பொழுது வேண்டுமானாலும் தொடங்கிப் பெய்து சற்று நின்று மீண்டும் பெய்யத் தொடங்கும் கனத்த மேகங்களுடன் வானம் மேகங்களால் கருவுற்றுக் கிடந்தது. பாடலரசன் எல்லோரும் அறிந்த பாடகரானான். அம்மாவை அப்பாவை மதித்தான். அவர்கள் பேச்சைக் கேட்க அவசியமில்லாத சுயசிந்தனைவாதியாக மாறியிருந்தான். மழையில் கூட கூட்டங்களில் கலந்து கொண்டு பாடினான். அவன் பேசுவதில்லை. ஆனால், பாடினான். மக்களின் உரிமைகளுக்காக, அரசிடம் காற்றின் வழியாகப் பாடிப் பாடி மன்றாடிக் கொண்டிருந்தான். மக்கள் அவன் குரல் ஆளுமையில், அவன் வசீகரத்தில், அவன் நேர்மையில் அவனிடம் சரணடைந்து இருந்தனர். அவன் குரல் எழுந்தால், வாழ்வில் ஒளி வீசும் என்ற நம்பிக்கை கொண்டிருந்தனர். மழைக்காலத்தில் ஓட்டுக்கூரையின் இடைவெளிகளில் விழுந்த விதை குறுஞ்செடிகளாக முளைத்திருந்த ஒருநாள், மின்சாரம் போய் எல்லோர் வீடுகளிலும் மங்கலாய் விளக்குகள் எரியும் ஒரு நாள் அதிகாலையிலேயே அவன் வீட்டு வாசலில் இரண்டு ஆண்கள் பாடலரசனைத் தேடிக்கொண்டு வந்தனர். இதற்கு முன்பு பார்த்தவர்களாக இல்லை என்று முத்தம்மா கதறினாள். வீட்டிலிருந்தே யாரென்று அறிந்து கொள்ள முயற்சித்தாள். நவீன உடை நாகரீகம் இருந்தாலும் முகம் எல்லாவற்றையும் ஒளித்துவைத்துக்கொண்டிருந்த இறுக்கத்துடன் இருந்தது. வீட்டின் வாசலிலிருந்து செல்லும் பாடலரசன் காதில் விழும்படி, 'யாரென்று கேட்டுவிட்டுப் போ, கண்ணு!', என்றாள். பாடலரசனை அது தான் இருவரும் கடைசியாகப் பார்த்தது.

அவன் எங்கு இருக்கிறான், என்ன ஆனான் என்று அதற்குப் பிறகு யாருக்கும் தெரியவில்லை. மக்கள் கிளர்ந்தெழுந்தனர். புலிக்குட்டி, காவல் துறைக்கும் போராட்டங்களுக்கும் நடையாய் நடந்தார். முத்தம்மா தளர்ந்தாள். வீட்டு வாசலில் எந்த நேரமும் பாடலரசன் வந்து நிற்பான் என்று வாசலையே பார்த்துக் கொண்டிருந்தாள். அவளைச் சுற்றிய எதையுமே அவள் ஒரு பொருட்டாகக் கருதவில்லை. காத்திருந்து, காத்திருந்து ஒரு நாள் படுக்கையாகி படுக்கையிலேயே மூச்சை இழந்தாள்.

புலிக்குட்டி தனியானார். எவ்வளவு கடுமையான, கொடுமையான அரசினைத் தன் மகன் எதிர்த்து இருந்திருக்கிறான் என்று அப்பொழுது தான் உணர்ந்தார். புலிக்குட்டிக்குத் துணையாக இருந்த அவருடைய நண்பர் கண்ணப்பனின் மகன் தான் ஓடிவந்து ஒரு நாள் சொன்னான், தாமரைக்குளத்தின் கரையில் பாடலரசனின் குண்டு பாய்ந்த உடல் கிடக்கிறது என்று. வீட்டிற்கு உள்ளே சென்ற புலிக்குட்டி, தன் நாவை அறுத்துக் கொண்டு மௌனமானார்.

*

மலையாகி நிற்றல்

மாரிக்கு இந்த உலகத்தில் யாரும் இல்லை. அவள் மட்டுமே. அவள் அம்மா வழியில் பிறந்த ஓர் அக்காவும் தன் அம்மாவிற்கு முன்பே அதாவது பத்து ஆண்டுகளுக்கு முன்பே தற்கொலை செய்து கொண்டாள். அவளுக்குக் குழந்தைகள் இல்லை. கணவர் திருமணம் ஆன சில ஆண்டுகளிலேயே அவரும் தற்கொலை செய்து கொண்டார். அப்பா வழியில், அப்பாவின் அம்மா நீண்ட ஆண்டுகள் இருந்தாள். கண் பூத்து, கூன் விழுந்து நடை தளர்ந்து இறந்தாள். மாரியை அவளுக்கு அடையாளம் தெரியாத காலம் வந்ததும் தான் இறந்தாள். அப்பா, தான் ஐந்து வயது பெண்ணாக இருக்கும்போதே விவசாயத்திற்கு வைத்திருந்த பூச்சிக்கொல்லி மருந்தை எடுத்துக் குடித்து இறந்தார். அம்மா அப்பாவிற்கு முன்பே அடுப்பிலிருந்த தீ பிடித்து இறந்தாள். இப்படி உறவுகளைத் தரைமட்டமாகத் துடைத்து வைத்திருந்த வாழ்வில், மாரி நாற்பத்தைந்து வயதைத் தொட்டதும் ஒரு நாள் நிறைய கேள்விகளுடன் எழுந்தாள். தன் வாழ்வின் அர்த்தம் என்ன என்பது அவளுக்கு ஒரு பெரிய சவாலாக இருந்தது. தான் யாரையும் திருமணம் செய்து கொள்ளவில்லை. அவள் யாருடனும் பேச வேண்டிய தேவையே இல்லாமல் இருந்தது. வீட்டைச் சுற்றிய அரை ஏக்கர் நிலத்தில் வகை வகையான கீரைகளை வளர்த்து, பறித்து எடுத்துக் கொண்டு அருகில் இருக்கிற வெள்ளிச் சந்தையில் விற்பாள். பல ஆண்டுகளாக, ஒரு

கீரைக்கட்டு பத்து ரூபாய் தான். விற்று வரும் பணத்தை ஒரு வாரம் செலவழிப்பாள். மற்ற நாட்களெல்லாம் கீரைத்தோட்டத்தைப் பராமரிப்பதில் செலவழிப்பாள். அவள் தனிமை வாழ்வைக் கண்ட சில ஆண்கள் அவளுக்குத் தொல்லை கொடுத்தனர். அவர்களையெல்லாம் சமாளிக்க மாரிக்குத் தெரியும். ஒரு பெண் மாரியைத் தேடிவந்து அவளை ஏமாற்றி அந்தத் தோட்டத்தைத் தனதாக்கிக் கொள்ளத் திட்டம் போட்டாள். அப்பொழுது மாரியே சொல்லிவிட்டாள். 'என்னைக்காவது நானே இத உனக்குத் தந்துரேன். அவசரப்படாத', என்று சொல்ல, வந்தப் பெண் முகம் வாடக் கிளம்பிச் சென்றாள்.

சில நாட்களில் மனம் உந்த, அருகில் இருக்கும் மலைகளில் ஏறத் தொடங்கிவிடுவாள். மலையில் ஏறுவது என்றால் அவ்வளவு பிடிக்கும். பொரியில் வெல்லக்கட்டிகளைப் போட்டு மடியில் முடிந்துகொண்டு கிளம்பிவிடுவாள். எப்பொழுதாவது பசித்தால் இரண்டு வாய் பொரியை அள்ளி வாயில் போட்டுக்கொள்வாள். மூன்று நான்குமணி நேரப்பயண தூரத்தில் இருக்கும் எல்லா மலைகளும் அவளை அழைத்துக் கொண்டே இருப்பது போல் தோன்றும். உறவென்று யாரும் இந்தப்பூமியுடன் தன்னை இணைக்காத வாழ்வில் அவள் எதையோ, காற்றில் பறப்பதைத் தேடிக்கொண்டே இருந்தாள். உச்சியில் கோயில் உள்ள மலைகள் மட்டுமன்றி, காட்டுமலைகளிலும் ஏறி வருவாள். பக்கத்துவீட்டு வள்ளி கேட்பாள். 'பயமா இருக்காதா அக்கா?'. 'என்ன பயம்?', பயமென்றால் என்னவென்றே அறியாத தொனியில் தான் மாரி கேட்பாள். 'இல்ல, என்னோட நாத்தனார் பொண்ணு அன்னைக்கு ராத்திரி எட்டு மணி போல கோவில் வளாகத்த சுத்திவந்திருக்கா. ரெண்டு தடிப்பசங்க, வலுக்கட்டாயமா அவள என்னென்னமோ பண்ணியிருக்காங்க'. 'வலுக்கட்டாயம்னா?', 'மார்ல, தொடையிலன்னு...என்னக்கா ஆம்பிளைங்க என்ன செய்வாங்க பொம்பளைங்கக்கிட்ட?' மாரி அமைதியாகவே இருப்பாள். ஆண்கள் பெண்களை என்ன செய்வார்கள் என்ற அறியாமை மட்டுமன்று, அப்படியான ஒரு சூழலில் அவள் இல்லவே இல்லை.

எப்பொழுது மலையேறினாலும், அவளை ஏதோ ஒரு நாய் வந்து பின்தொடரத் தொடங்கும். தெருநாயாக இருக்கும். மாரி

ஏதாவது கொடுப்பாள் என்ற நம்பிக்கையில் பின் தொடரும். அப்படித்தான், சதுரகிரி ஏறத்தொடங்கும் போது, ஒரு நாய் பின் தொடரத் தொடங்கியது. வழியில் உள்ள நாய்கள் எல்லாம் சேர்ந்து ஆறு நாய்களாக அவளைப்பின் தொடர்ந்தன. ஏன் அவை அப்படி வருகின்றன என்ற காரணமே தெரியவில்லை. சதுரகிரி காட்டில் உள்ள மருத்துவச்சியைப் பார்த்து கொஞ்சம் தைலங்கள் வாங்கிவருவது வழக்கம். இது அவள் அம்மா சிறுமியாக இருந்த காலத்திலிருந்து தொடர்வது. கூந்தலுக்குத் தேய்க்க, உடம்புக்குத் தேயக்க, வலி வாதத்திற்குத் தேய்க்க, கண்களில் விட என்று எல்லா விதமான தைலங்களையும் அந்த மருத்துவச்சி செய்வாள். எண்பது வயதிற்கு மேல் இருக்கும். இப்பொழுது அவளால் தனியாகச் செய்ய முடியாததால், மருமகளைத் துணைக்கு வைத்துக் கொண்டு செய்கிறாள். மாரி தனக்குத் தேவையான எல்லா தைலங்களையும் அங்குதான் வாங்குவாள். மாரியின் நீளமான அடர்ந்த கூந்தலுக்கு அந்த மருத்துவச்சியின் தைலம் தான் காரணம். மலையில் ஏறி வந்தது போலும் ஆயிற்று, மருத்துவச்சியின் தைலங்களை வாங்கி வந்ததும் போல் ஆயிற்று. நாய்கள் கூடவே வந்து, அவளை மலையை விட்டு இறங்கியதும் ஒவ்வொன்றாக வழிநடையிலேயே பிரிந்தன. மருத்துவச்சிதான் சொன்னாள், 'நாய்களுக்குப் பிடித்தமான குணமும் மனமும் உங்கிட்ட இருக்கு. இல்லேன்னா, நாய் யார்க்கிட்டயும் ஒட்டாது. நாய் ரொம்ப கூர்மையான புலனறிவு உள்ளது. உள்ளுணர்வ வச்சித்தான் அது வாழும்'.

மாரிக்கு அடர்ந்த காட்டுப்பகுதிகள் உடைய மலைப்பகுதிகளில், அசாதாரண சம்பவங்கள் நடந்திருக்கின்றன. ஆனால், அவற்றை அதற்கு மேல் புரிந்துகொள்ள முயற்சி செய்யமாட்டாள். கண்ணெதிரே அதைக் கண்டது போல் கண்டுவிட்டு அங்கேயே விட்டுவந்துவிட வேண்டும் என்று தனக்குத்தானே சொல்லிக் கொள்வாள். ஓராண்டிற்கு மேல் இருக்கும். கண்ணகி கோயில் இருக்கும் மலையில் ஏறிக்கொண்டிருந்தாள். ஏறுவது மிகவும் சிரமமாக இருந்தது. கெண்டைக்கால் சதைகள் இழுத்து மூச்சு திணறியது. அப்பொழுது தான் தன் கால்களை உணர்ந்தது போல மேலுக்கும் கீழுக்கும் மூச்சு வேகவேகமாய்ப் போய் வந்து காலின் ஒவ்வொரு

பகுதியையும் துல்லியமாய் உணரும்படியாக இரத்த ஓட்டம் உடலுக்குள் பெருக்கெடுத்து ஓடிக் கொண்டிருந்தது. அவளுடன் இரண்டு நாய்கள் இருந்தன. கொஞ்சம் இளைப்பாறலாம் என்று கற்பாதையின் ஓரத்தில் இருந்த கல் மேட்டில் அமர்ந்தாள். ஒரு பிடி பொரியை அள்ளி வாயில் போட்டாள். சுற்றிலும் பார்த்தாள். காற்று அங்கும் இங்கும் சிலு சிலுவென்று போய்வந்து கொண்டிருந்தது. மரங்களினூடே காற்றின் போக்கு விசித்திரமான சத்தத்தை எழுப்பிக் கொண்டிருந்தது. அதையெல்லாம் தாண்டி காடு மௌனமாக இருந்ததைப் போன்ற உணர்வும் இருந்தது. அப்பொழுது தான் கவனித்தாள். தான் அமர்ந்திருந்த இடத்திலிருந்து கீழே மலைச்சரிவில் பள்ளத்தில் ஓர் ஓடை ஓர் எட்டில் தாண்டிவிடும்படியான அகலத்தில் பாய்ந்து கொண்டிருந்தது. இருபது வயது பெண்ணொருத்தி ஓர் ஆளுடன் அந்த ஓடையைக் கடந்து காட்டிற்குள் நுழைந்து கொண்டிருந்தாள். வள்ளி சொன்னதெல்லாம் நினைவிற்கு வந்தது. அந்தப் பெண்ணை ஏதோ செய்ய அழைத்துப் போகிறான் அவன். மாரி, கத்திக் குரலெடுத்து அந்தப் பெண்ணை அழைக்க வாயெடுத்தாள். குரலே வரவில்லை. அவள் கழுத்தை ஏதோ ஒன்று கட்டி, குரலை அடக்குவது போல அவள் நினைத்தது போல பேச முடியவில்லை. கண் முன்னேயே அவர்கள் இருவரும் காட்டு மரங்களுக்கு இடையே உள்ள இருளில் சென்று மறைந்தனர். மாரிக்குத் தலை சுற்றியது. ஏதோ உணர்வு உந்த சட்டென்று அந்த இடத்திலிருந்து எழுந்து மலையேறத் தொடங்கினாள்.

அந்தக் கண்ணகி கோயிலுக்கு அடிக்கடி அவள் வருவதுண்டு. கண்ணகியின் மீது அவளுக்கு உள்ள ஈர்ப்பும் ஈடுபாடும் தாம் காரணம். கண்ணகி ஒருவகையில் தன்னைப் போன்ற தனிமையான பெண் தான். தனியாகக் காட்டிலும் மலையிலுமாகச் சுற்றியலையும் பெண். அவளுக்குள் என்ன கேள்விகள் இருந்தன என்று எல்லோருக்கும் தெரியும். ஆனால், தன் மனதில் ஏன் இத்தனைக் கேள்விகள் குமைந்து கொண்டிருக்கின்றன. பொருளற்ற வாழ்வு போல இருந்தது. தன் மூதாதையர்களைப்போல, தானும் தற்கொலை செய்து கொள்ளலாம் என்று ஒரு முறை அதற்குத் தயாரானாள்.

திடீரென்று அன்று அவளுக்குக் காய்ச்சல் வந்து படுத்த படுக்கையானாள். வீட்டிலிருந்து அணக்கம் இல்லாததை உணர்ந்து வள்ளிதான் ஓடிவந்து மூலிகைகள் சேர்த்துக் குடிநீர் செயது கொடுத்தாள். தற்கொலை செய்துகொள்ள முடிவெடுத்ததற்கும் எங்கிருந்தோ வேகமாகத் தன்னைப் பீடித்த காய்ச்சலுக்கும் என்ன சம்பந்தம் என்று கேட்டுக் கொண்டாள். அதற்குப் பின் அந்த மாதிரியான எந்தமுடிவையும் இனி எடுப்பதில்லை என்று தன் தாயின் கல்லறையில் சென்று நின்று சத்தியம் செய்துவிட்டு வந்தாள். கண்ணகி கோயிலில் எப்பொழுதாவது பூசாரி வருவார். எழுபது வயது அந்தப் பூசாரிக்கு. உண்மையில் கடவுள் நம்பிக்கை என்று ஏதும் இல்லை அவருக்கு. அந்தக் கண்ணகியின் சிலை, தொல்லியல் கழகத்திற்கு உரியது. ஆயிரம் ஆண்டுகளுக்கு முன்பானது. அதைப் பேணும் பொறுப்பைத் தான் எடுத்துக் கொண்டவர் போல அவ்வப்பொழுது மூன்று மணிநேரம் மலை ஏறிவருவார். திருமலை என்கிற பூசாரிக்கு, எங்கே தான் மலையேறி வருவதை நிறுத்திக்கொண்டால், மலையேறுவதே சிரமமாகப் போய்விடுமோ என்ற பயம் வேறு. வில்லைப் போல் அவர் மேலே ஏறிவருவதைப் பார்க்கமுடியும். சிலையை மெல்லிய துணியால் துடைத்து வழியில் பறித்து வரும் சில காட்டுப்பூக்களை அதன் காலடியில் போட்டு சில பாடல்களைப் பாடிவிட்டு அங்கேயே உறங்கிவிட்டு சூரியன் மறையும் முன் இறங்கத்தொடங்கிவிடுவார். இறங்கும்போது அவர் தோளில் பலாப்பழமோ, வாழைக்குலையோ இருக்கும். சந்தையில் அதை விற்றுப் பணத்தை அன்று இரவு கள்ளருந்த கொடுப்பார்.

நிறைய முறைகள் கண்ணகி கோயிலுக்குச் சென்றிருக்கிறாள். என்றாலும், இந்த முறை செல்கையில் இனி கண்ணகி கோயிலுக்கு வருவதை நிறுத்தி விடலாம் என்று எண்ணிக்கொண்டாள். அளவுக்கு மீறிய தூரத்திற்குப் பயணம் செய்யவேண்டியிருக்கிறது. இதற்குப் பதிலாக வீட்டின் அருகிலேயே இருக்கும் ஒரு மலைக் குன்றில் ஏறி இறங்கலாம். உச்சிக்குச் சென்றதும் வானத்தையும் பூமியையும் ஒன்றாகப் பார்த்து இருந்துவிட்டு வரலாம். குன்று ஏழாம் நூற்றாண்டைச் சேர்ந்தது. பல்லவர் காலத்தின் குன்று. ஒரே பாறையைக் குகையாகக் குடைந்து வைத்திருந்தார்கள்.

குன்றின் ஒரு பகுதி வழக்கமாக மக்கள் வந்து வணங்கும் முருகன் கோயிலுடனும், இன்னொரு பக்கம் பழைமையைப் போற்றும் இந்தக் குகையுடனும் இருந்தது. குகையின் அருகில் நின்று பார்த்தால், வானம் தெரியாத படிக்கு அதன் ஒரே பாறை முற்றிலுமாக உயர்ந்து வானத்தை மறைத்து இருக்கும். குகையின் அடியில் வெள்ளை நிறக் காட்டுப் பூக்கள் பூத்துக்குலுங்கும். குகையின் எதிர்ப்புறம் ஒரு பாறை நீண்டதாக சமதளத்துடன் அதன் மீது நடந்து சென்று அங்கே உள்ள ஒரு காட்டு இலந்தை மரத்தின் கீழ் உட்கார்ந்து அந்த ஒட்டுமொத்த ஊரையும் பார்க்கும் படியாக இருக்கும். அங்கு செல்லும் போது, பொரிக்குப் பதிலாக, புளியோதரை கட்டிக்கொள்வாள். அந்தப் பாறையில் இலந்தை மரத்தின் அடியில் உட்கார்ந்து சாப்பிட்டுவிட்டு, வீசும் காற்றில் அப்படியே தலைசாய்த்து உறங்கிவிட்டு வருவாள். சில முறைகள் வள்ளியும் உடன் வந்திருக்கிறாள். அவள் வந்து விட்டால் எப்பொழுது வீடு திரும்புவோம் என்று இருக்கும். மலையை ரசிக்கவே முடியாது. உயர்ந்திருக்கும் பாறையைப்பார்த்துக் கொண்டிருந்தால், எதெதற்காக மக்கள் அங்கு வந்திருப்பார்கள், அந்த உயர்ந்த குன்றுக்கு ஏறி வந்து தங்கும் தனிமை ஏன் தேவைப்பட்டிருக்கும் என்றெல்லாம் எண்ணத் தோன்றும்.

கண்ணகி கோயில் கதவு வெறுமனே சாத்தியிருந்தது. உலுத்துப் போன கதவு தான். தாழ் இல்லை. பூசாரி இன்னும் வரவில்லை போலும். தன்னிச்சையாக கதவைத் தள்ளினாள். இருட்டில் ஆள் நடமாட்டமும் கிசுகிசுப்பான சத்தங்களும் கேட்டன. உள்ளே ஆட்கள் இருப்பதை உணர்ந்து கொண்டாலும், யார் என்று கேட்பது அநாகரிகம் என்று பட, மெல்ல வெளியே வந்து வாசலில் இருந்த புன்னை மரத்தின் கீழ் இருந்த பாறையின் மீது உட்கார்ந்தாள். ஒரு குட்டி நாய் அவளுடன் மேலே ஏறி வந்திருந்தது. மிகவும் குட்டியான நாய். சில மாதங்கள் வயதுடையதாக இருக்கலாம். சில நாட்களாக, இடது இடுப்புக்கீழே இருந்து முழங்கால் வரை உள்ளூர ஒரு வலி விண் விண்ணென்று ஓடி ஓடி வலிக்கிறது. வலி இல்லாதது போல இருக்கும். ஆனால், திடீரென்று வலி விண்ணென்று ஓடும். காலை நீட்டிக்கொண்டு உட்கார்ந்ததும், அந்தக் குட்டி நாய், தனது நாவால் மாரியின் காலை நக்கிக் கொண்டே

இருந்தது. சில முறைகள் விரட்டியவள், அந்த நாய் எதையும் கேட்காது என்பதை உணர்ந்து கொண்டு விட்டுவிட்டாள். அப்படியே அந்த மரத்தின் மீது கண் மூடி உறங்கினாள். எவ்வளவு நேரம் தூங்கியிருப்பாள் என்று தெரியாது. எழுந்தால் நாயைக்காணவில்லை. கோயிலுக்குச் சென்றால் அங்கே மனித நடமாட்டம் இல்லை. பூசாரியும் வரவில்லை. காலில் வலியில்லை. அங்கேயே தங்கிவிடலாம். உணவு ஏதேனும் எடுத்துவந்திருந்தால், கோயில் கதவைச் சாத்திவிட்டு உள்ளே தங்கிவிடலாம். அந்த ஆலோசனை மனதுக்கு உகந்ததாகப் படவில்லை. ச்சூ ச்சூ என்று நாயை அழைத்துப் பார்த்தாள். எழுந்து விறுவிறுவென்று நடந்தாள். இரவு அப்பிய பின் தான் வீட்டிற்குள் நுழைந்தாள். வள்ளி வந்து கொஞ்சம் கருவாட்டுக் குழம்பு கொடுத்துவிட்டுப் போனாள். கண்ணகி கோயிலை மறந்தே விட்டாள்.

மாதங்கள் ஓடின. கீரைப் பாத்திகளைப் பார்த்துக் கொள்வதும், கீரை பறித்த இடங்களில் விதைகளைத் தூவி, நீர் தெளிப்பதும், பறித்த கீரைகளை எடுத்துச் சென்று வெள்ளிக்கிழமை சந்தையில் வாகை மரத்தின் அடியில் அமர்ந்து விற்றுவிட்டு, வரும் பணத்தில் மளிகை சாமான் வாங்கிவந்து சமைப்பதும், தனியே உண்பதும், உறங்குவதும், உறங்காத இரவுகளில் மறைந்து போன உறவினர்களின் முகங்களை எல்லாம் நினைத்துப் பார்ப்பதும் என ஒரே சக்கரத்தில் ஓடிக் கொண்டிருந்தாள். வாழ்க்கை அலுப்பின் பாதையில் செல்லத் தொடங்கியது. காலையில் எழுந்திருக்கச் சோம்பலாய் இருந்தது. குளிக்கப் பிடிக்கவில்லை. கீரைத்தோட்டம் சோம்பிக் கிடந்தது. வள்ளி, ‘அக்கா, அக்கா’, என்று கத்தியதற்குத் தூங்குவது போல் நடித்துப் பதில் சொல்லாமல் இருந்தாள். ஊரைவிட்டுக் கிளம்பி விடுவோம் என்று நினைத்தவள், ஒரு வேகம் வந்ததைப் போல கிளம்பி முழு வீட்டையும் அதற்கேற்றாற் போல் தயார் செய்து வைத்துவிட்டு வெளியே கிளம்பினாள். சாவியை பின்புறம் இருந்த மாடத்தில் தெரியாதது போல் வைத்துவிட்டு வந்து கீரைப்பாத்திகளைப் பார்த்தாள். தவறு செய்கிறோமோ என்று ஒரு கணம் யோசித்தவள், மறு கணம் வள்ளியே அவற்றைப் பறித்துக் கொள்ளட்டும் என்று எண்ணியவளாய் சாலையில்

இறங்கி நடந்தாள். வந்த பேருந்தில் ஏறினாள். அது கண்ணகி கோயில் இருக்கும் மலையின் வழியாகச் செல்கிறது. அதற்கு ஒரு பயணச்சீட்டு வாங்கிக்கொண்டு கண்ணகி மலைக்கு ஏறும் திருப்பத்தில் இறங்கினாள். பேருந்தில் இருப்பவர்கள் எல்லோரும் ஏன் தனியாக இங்கே இந்தப்பெண் இறங்குகிறாள் என்பதைப் போல பார்த்தனர். மலையேறினாள். ஒரு நாய் ஓடிவந்து அவள் கால்களை முகர்ந்தது. சென்ற முறை தன்னுடன் வந்த குட்டிநாயாகத் தான் இருக்கவேண்டும். இதே கபில நிறம். இருவருமாக ஏறினார்கள். நாயிடம் துள்ளல் கொஞ்சம் அதிகமாக இருந்ததை உணர்ந்தாள் மாரி.

கண்ணகி கோயிலின் கதவைத் திறந்தவள் அதிர்ச்சியில் காலை எடுத்துப் பின்வைத்தாள். ஓர் இளம்பெண்ணின் தலையில் பாறாங்கல் ஒன்றைத் தூக்கிப் போட்டுக் கொன்றிருந்தனர். அவள் அருகில் ஒரு குழந்தை ஒன்று தரையில் மல்லாக்கக்கிடந்தபடி, எதிரில் இருந்த மரக்கிளையினூடே பாய்ந்த ஒளிக்கீற்றைக் கையில் பிடிக்க முயற்சி செய்து கொண்டே இருந்தது. பெண் குழந்தை. பச்சை நிற ஃப்ராக் அணிந்திருந்தது . கொஞ்சமாய்ச் சிரிக்கவும் செய்தது. முந்தைய நாள் இரவு அல்லது அன்று காலை தான் நிகழ்ந்திருக்கவேண்டும். கோயிலைச் சுற்றிச் சுற்றி வந்தாள். யாரும் இருப்பதற்கான தடயம் எதுவுமில்லை. 'யாரும் இருக்கீங்களா?', என்று கத்தினாள். உயிர்போகும் படியாகக் கத்தினாள். அங்கும் இங்கும் ஓடினாள். வியர்த்தது. பயம் நெஞ்சைக் கவ்வியது. இங்கே கொல்லப்பட்ட பெண்ணை என்ன செய்வது என்று யோசித்தபடியே அந்தக் குழந்தையைக் கையில் எடுத்தாள். அந்தக் குழந்தை விளையாட்டை விட்டுவிட்டு மாரியையே உற்றுப் பார்த்தது. குழந்தையை நெஞ்சோடு அணைத்துக் கொண்டாள். அதைத் தூக்கிக் கொண்டு வேகவேகமாக மலையிலிருந்து இறங்கினாள்.

*

தூமலர்

மலர் என்கிற தூமலருக்கு, அகிலனை மிகவும் பிடிக்கும் என்றாலும் அவன் திருமணம் செய்துகொள்ளலாமா என்று கேட்டதும் யோசித்தாள். யோசித்தபடியே அவன் முன் நீண்ட நேரம் நின்றாள். கொஞ்சம் கால அவகாசம் கேட்டுக் கொண்டு வீட்டிற்கு வந்தும் யோசித்தாள். இப்படி யோசிக்க வேண்டியிருப்பவரை ஏன் தேர்ந்தெடுக்க வேண்டும் என்று அவளுடைய இரண்டாவது மனம் கேட்டது. அவனைப் பிடிக்கும். நகைச்சுவையாகப் பேசுவான். தான் தவறு என்று நம்பும் எதுவும் அவனிடம் வெளிப்படையாக இல்லை. காவல் துறை அதிகாரியாக இருக்கிறான் என்றாலும் அவன் மிடுக்கு அசரவைப்பது என்றாலும் தன் வீட்டில் இவன் தான் என் துணைவன் என்று சொன்னால் யாரும் மறுக்கப் போவதில்லை என்றாலும் ஏனோ யோசித்துக் கொண்டே இருந்தாள். பல் துலக்கும் போது, குளிக்கும்போது, உணவு உண்ணும் போது உணவை விரலால் அளைந்த படியே யோசித்தாள். அம்மா தான் முதுகில் விளையாட்டாய் அடித்து என்னவென்று கேட்டாள். இருவரும் தோழியர் போல் தான் பேசிக்கொள்வார்கள். மலரின் அம்மா பார்வதியும் அப்பா ராஜனும் காதல் திருமணம் புரிந்து கொண்டவர்கள். இருவரின் அன்னியோன்யமும் உலகம் போற்றும் ஒன்று. பார்வதி எழுத்தாளராகி உலகப்புகழ் பெற்ற போதும், ராஜன் ஒரு

மளிகைக்கடை முதலாளியாகவே இருந்த போதும் இருவரின் உலகமும் வேறு வேறாக இருந்த போதும் இந்த நெருக்கத்தின் ரகசியம் மலர் மட்டுமே அறிந்த ஒன்று. என்னவென்று கேட்ட பார்வதியிடம், ‘ஒரு கேள்வி மனசக் குடைஞ்சிக்கிட்டே இருக்கு. ஆனா, நானே பதில் கண்டுபிடிச்சிருவேன். முடியலைன்னா நிச்சயமா உன்கிட்டத்தான் வருவேன்’, என்று சொல்லிவிட்டு சாப்பிடாமலேயே எழுந்தாள். பார்வதி அதற்கு மேல் ஒன்றும் கேட்கவில்லை. தனியாகத் தனக்குத்தானே சிந்திக்கும் பெண்ணாகத்தானே வளர்த்திருக்கிறாள்.

வீட்டின் அருகே உள்ள பொத்தையில் ஏறி விட்டு இறங்கி வந்து கொண்டிருந்த ஓர் இரவு. கூட்டம் கூட்டமாய் உடன் வந்த பயணிகள் எல்லோரும் முன் சென்று விட்டாலும், பார்வதியால் அவர்கள் வேகத்தில் நடக்கமுடியவில்லை. மலர் தான் உடன் நடந்து வந்தாள். ராஜன், எப்பொழுதோ நண்பர்களுடன் சேர்ந்து திருப்புகழ் பாடிய படியே முன்னே சென்று விட்டார். தூரத்தில் கேட்ட பாடல் சத்தமும் மெல்ல மறைந்து இவர்கள் தனிமையில் நடந்து கொண்டிருந்தனர். அப்பொழுது தான் பார்வதி சொன்னாள். ‘எங்களுக்கு இடையில பெரிசா செக்சுன்னு இல்ல. ஆனா, அவரு வேற ஒரு பொண்ண தப்பா கண்ணால பாத்தோ, தீண்டியோ, நெனைச்சோ நான் உணர்ந்ததே இல்ல. அதனால அத ஒரு ஆதிக்கமா எங்கிட்ட என்னைக்குமே காட்டுனது இல்ல. ரெண்டு பேருமே வேற வேற மனிதங்க. பூமியில கிடைச்ச வாய்ப்புல சேந்து வாழுறோம். அப்படித்தான் சொல்வாரு. என்னோட ஃப்ரெண்ட்ஸ் நாகவள்ளி, மீனா குடும்பக்கதையும் அவங்க கணவர் நடந்துக்கிறதையெல்லாம் பார்க்கும்போது ஒப்பிடத்தோணும். உண்மையிலேயே ராஜனோட இதயம் தினம் தினம் பூக்குற மலர்களால செய்யப்பட்டது.’ அதற்குப் பிறகு நீண்ட நேரம் பார்வதியும் பேசவில்லை, மலரும் கிளரவில்லை. பேசாத அமைதியில் தான் இருவரின் உரையாடலும் அதைத் தொடர்ந்து நீண்டு கொண்டிருந்தன.

தூமலர் இந்த உறவு வேண்டாம் என்று சொன்ன போது அகிலன் படபடத்தான். ஏன் என்று கேட்டுக்கொண்டே இருந்தான். தனக்கு வீடு இருக்கிறது. கொஞ்சம் காலத்திற்குப் பிறகு பணியை விட்டுவிட்டு வெளிநாடு சென்று வாழலாம். ஓரே

பையன் அப்பாவின் சொத்தை அவளே அனுபவிக்கலாம். பெரிய மருத்துவமனை கட்டிக்கொண்டு அதற்கு அவளே எல்லாமுமாக இருக்கலாம். மெல்ல தொண்டையை இறுக்குவது போல அவன் குரல் மாறியது. கட்டாயப்படுத்தினான். தான் நினைத்தால் என்ன வேண்டுமானாலும் செய்யமுடியும் என்று சொன்னான். தூமலர் இதைத்தான் தன் இரண்டாவது மனத்தின் வழியாக உணர்ந்திருந்தாளோ. அகிலனிடம் சொல்ல நினைத்ததை எல்லாம் பேசிமுடித்துவிட்டு வெளியே வந்தால் மழை கொட்டிக் கொண்டிருந்தது. மீண்டும் அந்த உணவுவிடுதியில் உள்ளே சென்று அவன் கண்ணில் பட விருப்பமில்லை. மழையில் புடவை உடலுடன் ஒட்டும் படியாக நனைந்துவிட்டாள். ஆட்டோ ஒன்று வர வீட்டிற்கு விரைந்தாள். நனைந்ததற்காக பார்வதி திட்டினாள். அன்று இரவு முழுதும் உறக்கம் இன்றி புரண்டு கொண்டே இருந்தாள். ஒரு நல்ல உறவை நண்பனை இழந்துவிட்டது போன்ற துக்கத்தில் மூழ்கினாள். இசையை இழைய விட்டாள். அறையிலிருந்து இசை வெளியே சென்று கொண்டிருந்தது. அவள் மனதில் நுழையவே இல்லை.

மிகவும் பிடித்த விடயங்களைச் சற்று தள்ளி அழகு பார்ப்பது தான் நல்லது. இப்படித்தான், அகிலன் விடயத்திலும் தோன்றியது. மேலும், திருமணம் தனக்கு ஒத்துவராது என்று தோன்றியது. பார்வதி ராஜனைப் போலத் தன்னால் வாழ முடியாது. ஓரே ஒரு முறை உடலுறவு கொண்டிருக்கிறாள். அதுவும், ஒரு விபத்தில் இறந்து போன சசியுடன். அந்த உறவு நிரந்தரமாக இருக்கும் என்ற நம்பிக்கையில், இளமையின் தொடக்கத்தில் உடலுறவு என்பது என்ன அறிந்துகொள்ளும் ஆர்வத்தில் அவனுடன் உறவு கொண்டாள். சசி இறந்து நீண்ட காலம் அவனை மறக்க முடியாமல் திணறினாள். அதனாலேயே ஆண்களிடம் ஒட்டாமையும் பாலுறவினில் ஈர்ப்பு இல்லாமலும் இருந்தாள். மருத்துவத்தில் தன் முழு ஈடுபாட்டையும் காட்டினாள். சிறந்த மருத்துவரானாள். எந்த நேரத்தில் எவர் அழைத்தாலும் ஓடோடிச் செல்லும் மனநிலையை வைத்துக் கொண்டாள். அகிலன் அதற்குப் பிறகு அழைக்கவே இல்லை. கண்ணிலும் தென்படவில்லை. சில முறைகள் ஃபோனில் அழைத்து ஒரு ஹலோ சொல்லலாம் என்று நினைத்தவள், நினைத்த மாத்திரத்திலேயே மனதை மாற்றிக்கொண்டாள்.

சலனத்தைக் கிளப்பக்கூடாது என்று முடிவெடுத்தாள். மிகவும் தனிமையானது போல் இருந்தது. காரில் பார்வதியையும் ராஜனையும் அழைத்துக் கொண்டு கேரளாவிற்குச் சில நாட்கள் சென்று படகு இல்லத்தில் தங்கிவந்தாள். மூன்று நாட்களுக்கு மேல் மனம் தங்கவில்லை. ஆழக்கடல் போன்ற ஓர் அமைதி. பார்வதியும் ராஜனும் குதூகலமாக இருந்தனர். அவ்வப்பொழுது ராஜன் நீரில் குதித்து நீந்திச் செய்த சேட்டைகளைப் பார்வதி ரசித்தாள். மலர், தான் செய்ததே சரி என்று எண்ணினாள். கண்டிப்பாகத் தான் ஒரு குடும்பத்திற்குத் தயாராகவில்லை. அகிலன் இதனால் காயமுற்றிருப்பானோ என்று எண்ணிய படியே சென்னைக்குத் திரும்பினாள். அவளுடைய தோழி, சந்திராவிடமிருந்து அவளுடைய மண அழைப்பிதழ் வந்திருந்தது. அதில், மணமகனின் பெயர் அகிலன் என்று இருந்தது. திருமணத்திற்கு தூமலர் செல்லவில்லை, செல்லமுடியவில்லை. விடுமுறை எடுத்துவிட்டு வீட்டிலேயே அங்கும் இங்கும் அலைந்து கொண்டிருந்தாள். பார்வதியிடம், காபி கொடு, காபி கொடு என்று நச்சரித்து மீண்டும் மீண்டும் காபி குடித்துக் கொண்டிருந்தாள். புரியவொண்ணா வேதனை மனதைக் கடைந்து கொண்டிருந்தது. காலம் மெல்ல நகர்ந்து ஆண்டுகள் உருண்டோடின. அதற்குப் பிறகு சந்திரா, ஏன் தூமலர் அவளுடைய திருமணத்திற்கு வரவில்லை என்றும் கேட்கவில்லை, அகிலனும் எங்குமே கண்ணில் தென்படவில்லை.

தூமலர், சென்னையின் பெரிய மருத்துவமனையில் வேலைக்குச் சேர்ந்தாள். அந்த மருத்துவமனையில் சேர்வதில் பெரிய உவப்பில்லை என்றாலும், அனுபவம் பெற முடியும் என்று நம்பினாள். இரவும் பகலும் மருத்துவமனையே கதியென்று இருந்தாள். எப்பொழுதாவது சசியின் நினைவு வரும். அகிலனின் நினைவும் வரும். பேசாமல் திருமணம் செய்து கொண்டிருக்கலாமோ, திருமணம் செய்து கொண்டு பிறகு என்ன செய்வது என்ற கேள்வியும் கூடவே வரும். பார்வதி, இப்படி வீட்டுக்கே வராமல் வேலை செய்கிறாயே என்று அலுத்துக் கொண்ட போது, மீண்டும் சில நாட்கள் விடுப்பு எடுத்துக் கொண்டு அவர்களை காரில் அழைத்துக் கொண்டு ஹம்பிக்கு சுற்றுப்பயணம் சென்று வந்தாள்.

அன்று மருத்துவமனையிலிருந்து வீடு திரும்ப மணி ஒன்றாகியது. காரின் டயர் ஒன்று சாலையில் அலைவதைப் போல் உணர்ந்து வண்டியை நிறுத்திவிட்டு இறங்கினாள். என்ன நடந்தது என்று அனுமானிக்கும் முன், மூன்று பேர் இருளிலிருந்து வெளிப்பட்டுத் தாங்கள் உதவுவதாகச் சொன்னதுமே தூமலர் காரில் ஏறி அமர முயன்றாள். கண்ணிமைக்கும் நேரத்தில் அவர்கள் அருகில் இருந்த மூங்கில் புதருக்கருகில் இழுத்துச் சென்றிருந்தனர். இதற்குள்ளாகவே உடலில் பல இடங்கள் கிழிந்து காயத்தின் இடங்களில் குருதி வழிந்து எரியத் தொடங்கியிருந்தது. கண்ணுக்கெட்டிய வரை ஆள் நடமாட்டம் இல்லாத பகுதி. ஏதேதோ செய்தார்கள். தூமலர் எடுக்கும் எல்லா முயற்சிகளும் அவர்களால் முறியடிக்கப்பட்டன. வெவ்வேறு வயதிலிருந்த ஆண்களை அவள் முன்னெப்போதும் பார்த்ததே இல்லை. உடலின் மீது கட்டற்ற வன்முறையையும் இயன்ற அளவு இழிவாகவும் நடந்து கொண்டனர். துளித்துளியாய் உடலிலிருந்து உயிர் பிரியும் வரை நையப் புடைத்திருந்தனர். வந்திருந்தவர்களில் ஒருவன் தான் சொன்னான். ‘அந்தப்போலீஸ் காரன் கொஞ்சமும் தடயம் இல்லாம எரிச்சிடச் சொன்னான். இல்லேன்னா, நம்ம எல்லாரும் ஜெயிலுக்குப் போகனுமாம்.’ ஒரு தீக்குச்சியை உரசிக்கிழிக்கும் சத்தம் கேட்டது. தூமலர் பார்வதியையும் ராஜனையும் நினைத்துக்கொண்டாள். தன்னால் எப்படி இந்த நிலைமையிலும் நிதானமாகச் சிந்திக்கமுடிகிறது. சூரியன் மேலேறி வருவதைப் போல ஒரு தீ தன் மீது எழ அதை உணரும்முன்னேயே தூமலர் மறைந்தே போனாள்.

அகிலன் அன்று இரவு முழுதும் சந்திராவைக் கட்டிலின் காலில் கட்டிவைத்திருந்தான். சந்திரா, ஏன் ஏன் என்று கேட்டும் அகிலனால் அதைச் சொல்லமுடியவில்லை. உண்மையில் அவனுக்கும் ஏனென்று காரணம் தெரியவில்லை. ஆட்களை ஏற்பாடு செய்து அனுப்பிவிட்டு வீட்டுக்கு வந்தது முதல் உடலில் ஓர் ஆங்காரம் பொங்கிக் கொண்டே இருந்தது. தன்னை வீழ்த்திய அவளை ஏதேனும் செய்துவிட வேண்டும் என்று நெடுங்காலமாகத் தோன்றிக் கொண்டே இருந்தது. அவள் வேலை செய்யும் மருத்துவமனைக்கு எதிரே தன் காரில் காத்திருந்து அவள் வெளியே செல்வதைப் பார்க்கும் சமயங்களில்

அவமானப்பட்ட புண் மீது எரியெண்ணையை ஊற்றியதுபோன்ற ஒரு புன்னகையுடன் அவள் செல்கிறாளோ என்று தனக்குத் தானே கத்துவதன் வழியாக வெளிப்படுத்திக் கொள்வான். அகிலன் யாரிடமோ ஃபோனில் பேசுவதைப் பார்த்துவிட்ட சந்திராவிடம் அவன் உரையாடல் கூட நிகழ்த்தவில்லை. அவள் எங்கே அதை வெளிப்படுத்திவிடப் போகிறாளோ என்ற பதட்டத்தில் தான் அவளைக் கட்டிப்போட்டிருக்கிறான். 'நீ என்ன செய்யப்போறன்னு தெரியும் அகிலன். வேணாம். இது அநியாயம்', சொல்லும்போதே அவள் குரல் உடைந்து பதறினாள்.

பத்திரிகை நெருக்கடி, அரசு நெருக்கடி எல்லாவற்றையும் முன்பே திட்டமிட்டபடி அகிலன் நிதானமாகக் கையாண்டான். அந்த மூவரும் அகிலனின் தொடர்பில் இருந்து கொண்டே இருந்தனர். அவர்கள் கேட்ட பணத்தை வாங்கிக் கொள்வதற்காக நன்மங்கலம் காட்டின் பின் பகுதி வழியாக வரச் சொன்னான். இருள் பீடித்துக்கொண்ட மனநிலை இன்று நேற்றன்று, தூமலர் தன்னை வேண்டாம் என்று சொன்ன கணத்திலிருந்து பரவி இறுக்கிக் கொண்டே இருக்கிறது. இன்றுடன் இதை முடித்து கோப்பை மூடிவிட முடியும். வந்திருந்தவர்களின் அறியாமையைப் பயன்படுத்திக் கைது செய்தான். அவர்கள் வாய்திறக்கும் முன்னேயே வாயில் கழியைச் செருகிக் கடுமையாகத் துன்புறுத்தினான். வீடு திரும்பாமல் அந்த வழக்கைப் பின் தொடர்ந்தான். முதலமைச்சரை நேரில் சந்திக்கச் சென்ற காவல் துறைக் குழுவில் மையமான ஆளாகத் தன்னை நிறுத்திக்கொண்டான். அரசுப்படுகொலையை வலியுறுத்தினான். மனித உரிமை ஆர்வலர்கள் எதிர்ப்பார்களே என்று முதலமைச்சர் தயங்கியபோது, இல்லையென்றால் மாநிலமே இதைச் சொல்லிச் சொல்லிக் கொந்தளிக்கும் என்று தன் உயர் அதிகாரியையும் தாண்டித் தன் முன்முடிவை நயமாகக் கூறினான். பார்த்து செய்யுங்கள் என்று சொன்னவரின் காலில் விழுந்து வாழ்த்தை வாங்குவது போல நடித்தான்.

சாம்பல் காற்றில் கலந்து எழுந்து கொண்டிருந்த போது, பார்வதியை விட ராஜன் தான் அதிகமும் கலங்கிப்போயிருந்தார். மக்கள் ஏதுமின்றி இருவர் முன்னிலையிலுமே தூமலரின்

உடல் எரிக்கப்பட்டது. அகிலன் தூரத்தில் இருந்து பார்த்துக் கொண்டிருப்பதை பார்வதி பார்த்தாள். சந்திராவின கைக்கட்டுகளை அவிழ்க்கும் சாக்கில் கத்தியால் அவள் கையில் கீறி, மறைமுகமான தன் வன்முறையை அவள் மனதிலும் தன முன்முடிவையும் அவளிடம் தெரிவித்து விட்டான். சந்திரா, ஒரு பொய்யான உணர்வு நிலைக்குத் தள்ளப்பட்டு வீட்டார் எல்லோரும் சித்தப்பிரமை கொண்டுவிட்டாள் என்று நம்பவைத்தான். அகிலன் கோப்பை மூடிவிட்டு வீட்டிற்குத் திரும்பினான். குளித்துவிட்டு மேல் மாடிக்குச் சென்று மதுவைக் கோப்பையில் ஊற்றி மேல் வானம் நோக்கினான். கோப்பையை உயர்த்தினான். வானின் நீலம் இழந்து சிவந்து போயிருந்தது. பின்னாலிருந்து ஒரு கூர்மையான சமையல் கத்தியால் இதயம் தங்கியிருக்கும் முதுகில் பாய்த்தாள் சந்திரா. ‘பைத்தியம் பிடிச்சித்தான் குத்திட்டான்னு எல்லாரும் சொல்வாங்க’. அகிலன் துடிக்கத் துடிக்க, கத்தியால் அவனைக் குடைந்து கொண்டே இருந்தாள்.

*

திசைமானி

அவன் அலைகளற்ற நீரடங்கிய நடுக்கடலில் மாற்றிக் கொண்டான். அவனுடைய அலட்சியத்தால் திசைமானி தொலைந்திருந்தது. நிலத்தில் என்றால் அலட்சியம் கூடத்துணை புரிந்திருக்கும். கடல் அவனுடைய பேரரசு அன்று. வழக்கமாக, நடுக்கடல் வரை சென்று திரும்புபவன் தான். இந்த முறை தன்னை இழந்திருந்த ஒரு கணத்தில் கைவிளக்கையும், திசைமானி யையும் இழந்திருந்தான். கிழக்கு, மேற்கு வைத்து தான் அவன் கரை செல்லவேண்டும். என்றாலும் இடையில் பாறை எங்கே இருக்கிறது என்பதற்கான வரைபடத்தையும், படகு சாய்ந்த கணத்தில் நழுவ விட்டிருந்தான். அவன் முற்றும் முழுதும் நனைந்துவிட்டான். படகிலிருந்து இறங்கி கடலின் மேற்பரப்பில் மிதந்து செல்லும் அந்த வரைபடத்தையாவது எடுத்து வரலாம் என்று நினைத்துப் படகிலிருந்து நீருக்குள் இறங்கிய கணம் ஒரு பயம் கவ்வியது. நீந்தமுடியாமல், படகையும் கைவிட்டு விட்டால் என்று நினைத்த கணத்திலேயே படகில் ஏறிவிட்டான். அவன் கரை சென்று சேர்வதற்கான வரைபடம் அவனிடமிருந்து விலகி, அலையின் ஒயிலில் நெடுதூரம் செல்வதை, ஒரு சதுரம் புள்ளியாகத் தேய்வதை மிகுந்த அச்சத்துடன் பார்த்துக் கொண்டே இருந்தான். முழுநிலவு. முழுநிலவு நாளில் அவன் இவ்வாறு வந்து செல்வது வழக்கம். நண்பர்களை அழைத்தால் அவர்கள் வர அஞ்சுவார்கள். முழு நிலவு நாளில் கடல்

கொந்தளிப்பாக இருக்கும் என்பார்கள். நண்பர்களுக்கு எல்லாம் திருமணம் ஆகியிருந்தது. இவனுக்குத் திருமணத்தில் நாட்டமில்லை. அலுப்பான விடயம் என்று எண்ணுவான். துன்பக்கேணியில், அது துன்பக்கேணி என்று அறிந்தே போய் வீழ்வது தான் திருமணம் என்று சொல்வான்.

முழுநிலவு தலைக்கு மேலே வந்திருந்தது. அதைப் பார்த்துக் கொண்டே இருக்கலாம். இரவில் தனது பயணம் குறித்த எந்த யோசனையையும் எடுக்கவேண்டாம் என்று எண்ணினான். முழுநிலவு மேலே வானில் சுழன்று கொண்டிருந்ததைப் போலவும் அப்படியே நகர்ந்து கொண்டிருந்ததைப் போலவும் இருந்தது. மெல்ல கண்மூடினான். ஈரக்கை ஒன்று அவன் தோளினைத் தொட்டது. தொட்டது என்பதை விட வீழ்ந்ததைப் போல் இருந்தது. திடுக்கிட்டு விழித்தான். கடலிலிருந்து துள்ளிப் படகில் விழுந்த மீனோ பாம்போ எண்ணினான். கடல் சலனமின்றி இருந்தது. எதுவுமே தென்படவில்லை. இப்பொழுது எதிர்த்திசையில் படகின் விளிம்பின் மேலே ஒரு பெண் முகம் கடலுக்குள்ளிருந்து எட்டிப்பார்த்தது. அவள் முகம் கருப்பாய் இருந்தது. ஆனால், கடல் எதிரொளித்த நிலவொளியில் பளபளப்பாய் இருந்தாள்.

‘என்ன செய்றீங்க, இங்க?’, அவள் தான் கேட்டாள். அவன் நடுங்கிவிட்டான். நடுக்கடலில், பெண்ணின் குரல். அதுவும் கடலுக்குள்ளிருந்து. தன் கைகளைக் கோர்த்துக்கொண்டான். கிள்ளிப்பார்த்துக்கொண்டான்.

‘இது உண்மை தான், கனவு இல்ல. இங்க என்ன செய்யுறீங்க?’, என்று கேட்டாள்.

‘திசைமானிய தொலைச்சிட்டேன். எப்படி கரைக்குப் போறதுன்னு தெரியல’, என்றான்.

‘ஓ.’

‘நீங்க யாரு?’

‘நான் கடல்ல வாழுற பெண். நிலம்னா எனக்கு ஒவ்வாமை’.

'அப்படின்னா எனக்கு ஒரு வழி சொல்லுங்க. நான் எப்படி கரைக்குப் போறதுன்னு'.

'படகுல கரைக்குப் போற வழி எப்படின்னு தெரியாது. கடலுக்குள்ள போனா ஒரு வழி உண்டு.'

அவனுக்கு அது ஓர் அதிசயமாகத் தோன்றியது. அந்தப் பெண் தன்னை ஏமாற்ற நினைக்கிறாளோ என்று யோசிக்கும் முன்,

'உங்களுக்கு நீச்சல் தெரியும்னா, இந்தப்படக விட்டுக் கீழ இறங்குங்க. நான் கூட்டிட்டுப் போறேன்'.

அந்தப்படகில் இருந்து அவன் எடுத்துச் செல்லவேண்டியது என்று எதுவும் இல்லை. படகை விட்டுச் செல்வது தான் கவலையாக இருந்தது. இது அவனுடைய தாத்தா செய்து கொடுத்த படகு.

'வாங்க. விடிஞ்சிரும்', என்று அவசரப்படுத்தினாள்.

அவன் படகிலிருந்து நீரில் இறங்கி, நீந்தினான். அவனால் நீந்த முடியவில்லை. கீழே பூமி தெரியாத ஆழம். அவனைத் திரும்பிப்பார்த்தவள் அவன் கண்களின் பயத்தைப் பார்த்ததும் தன் இரு தோள்களைப் பிடித்துக் கொள்ளச் சொன்னாள். அவள் முன்னால் நின்றது போலவே கால்களைத் துடுப்பால் அசைக்க அவன் அவள் தோள்களைப் பிடித்தபடி உடன் சென்றான். அளவுக்கு அதிகமான உயரம். நிறத்திலும் தோற்றத்திலும் மீனவப்பெண்களை நினைவுபடுத்தினாள். அவள் முகத்திலிருந்து அவள் சுவாசம் குமிழ் குமிழாக வெளியேறி மேலே நீர்ப்பரப்பிற்குச் சென்று கொண்டிருந்த அந்த நிலையிலும் நகைப்பையும் புன்னகையையும் வரவழைத்தது.

'நீங்க எங்க தங்கியிருக்கீங்க?'

'இங்க தான். கடலுக்கு அடியில'.

'கடலுக்கு அடியிலயா? எப்படி?', என்று கேட்டதும் அவன் சுவாசம் தவறிப் புரையேறி இருமினான். நீருக்குள் திணறினான்.

‘நீங்க பேசாதீங்க. ஒன்னுரெண்டு வார்த்தையில ஏதாவது பேசுங்க. போதும்’, என்று சொன்னவள் அவள் தோளில் அவன் கைகளைத் தொட்டுக் கீழே காட்டினாள். அவன் கீழே பார்த்தான். ஒரு பெரிய தொன்மையான கட்டிடம் உள்ளே பாழடைந்து பாசிபடர்ந்து இருந்தது. மீன்கள் அதனுள் நீந்திச் சென்றன. அந்தக் கட்டிடச்சுவர் மீது சிப்பிகள் ஊர்ந்தன. நீர்ச்செடிகள் கொத்துக் கொத்தாய் அங்கங்கே வளர்ந்து அடர்ந்திருந்தன. அந்தக் கட்டிடத்தைச் சுற்றிச் சென்று அதன் முன்புறத்தை அடைந்து கதவைத் திறந்து, உள்ளே சென்றாள். உள்ளே அவளுடைய அறைக்குள் கூட்டிச்சென்றாள். எல்லா அறைகளும் வெறுமையாய் இருந்தன. அவளுடைய அறையில் மட்டும் சில பொருட்கள். ஆங்காங்கே நீரில் வைக்கப்பட்ட இடத்தில் இருந்தன. அலமாரி இருந்தது. பயன்பாட்டுப் பொருட்கள் இருந்தன. அங்கே வெளிச்சம் மங்கலாய் கசிந்து கொண்டிருந்தது. எதையும் அவன் காண்பதற்கு மிகவும் சிரமப்பட்டு ஊடுருவிப் பார்க்கவேண்டியிருந்தது.

அவனை எதிரில் இருந்த ஒரு கொடிக்கயிற்றைத் தொங்கிப்பிடிக்கச் சொல்லிவிட்டு, அவள் தனியே நீந்திச் சென்று கட்டிடத்தின் தரையில் வைக்கப்பட்டிருந்த பெட்டியைத் திறந்தாள். கயிறு திடமாய் இருந்தது. எதற்கும் எதற்கும் இடையே கட்டப்பட்டிருக்கிறது என்பதை அறிய முடியவில்லை. இப்பொழுது தான் கவனித்தான். அவள் தலையிலிருந்து வழிந்த முடி விலகி, காதுகளில் அணிந்திருந்த முத்துகளால் ஆன குழைகளைக் கண்டான். மார்புகள் இரண்டும் பூண்போட்ட இரண்டு பழைய சங்குகளால் மூடப்பட்டிருந்தன. அவற்றின் மேலே மெல்லிய சல்லடை போன்ற துணி அசைந்தபடி நழுவிக் கொண்டிருந்தது. பெட்டியிலிருந்து ஒரு வரைபடத்தை எடுத்தாள். நீரில் நனைந்தாலும் நீர் ஊறாதக் காகிதமாக இருந்தது. ‘இதுல எது உங்க ஊருன்னு சொல்லுங்க?’.

அவள் வரைபடத்தைக் கையில் பிடித்திருக்க, அவன் அந்தக் கயிற்றில் தொங்கியபடியே வரைபடத்தில் தன் ஊரைக் காட்டினான். ‘சூரியன் கரையில வரதுக்குள்ள போயிரலாம்’, என்று சொன்னாள்.

அவளை விட்டு அவ்வளவு சீக்கிரமாகப் பிரிந்து செல்வது அவனுக்கு என்னவோ போல் இருந்தது. ஊர்ப்பெயரைச் சொல்லாமலேயே இருந்திருக்கலாம். நினைத்துக்கொண்டான். 'நீங்க யாரு? இங்க எப்படித்தனியா வாழுறீங்க?'

அவள் புன்னகைத்ததை அவள் தோள்களைப் பற்றியிருந்த கைகளின் வழியாக உணரமுடிந்தது. கட்டிடத்தை விட்டு வெளியே வந்து நீந்தத்தொடங்கியிருந்தனர்.

'நானும் இந்தக் கடலில் உங்களைப் போல வழிதவறினவ தான். ஃப்ரெண்ட்சோட கரைய ஒட்டி நீந்திக்கிட்டிருந்தேன். கொஞ்சம் ஆழத்துக்கு வந்ததுக்கு அப்புறம் எப்படி கரைக்குப் போறதுன்னே தெரியல. கடலே வாழுறதுக்கு வசதியான இடமா இருக்கு. நான் ஒன்னு சொல்லட்டுமா'.

'ம்'.

'பெண்கள் கடலுல வாழனும், ஆண்கள் நிலத்துல வாழனும். அப்பத்தான் எல்லாமே சரிப்பட்டு வரும். பூமியும் ஒரு சமநிலையில இருக்கும்'

அவன் ஏதோ சிந்தனையிலும் அந்தப் பெண்ணின் வாழ்வின் மீதான கவர்ச்சியிலும் ஆழ்ந்தான். ஏதோ கேட்க இருந்தோம் மறந்துவிட்டோமே என்று நினைத்தவன் போல், 'அந்தக் கட்டிடம் எப்படி இங்க?', என்று கேட்டான்.

'பல நூற்றாண்டுகளுக்கு முன்னாலேயே இது கடல்ல மூழ்கியிருக்கு. இங்க இப்படிக் கட்டிடம் இருக்குன்னு பூமியில யாருக்கும் தெரியாது. நீங்க அரசாங்கத்துக்கிட்டச் சொல்லி அகழ்வாராய்ச்சி செய்யச் சொல்லுங்க. அவங்களுக்கு ஏதாவது துப்பு கிடைக்கும், வரலாறு பத்தி, சமூகம் பத்தி, மொழி பத்தி'.

'மொழி பத்தியுமா?'

'ஆமா. இந்தக் கட்டிடத்தோட சுவர்கள் எல்லாம் எழுத்துகள் பொறிக்கப்பட்டிருக்கு. தரையில கூட நிறைய கல்வெட்டுகள்.'

எவ்வளவு தூரம் நீந்தியிருப்பார்கள் என்று தெரியவில்லை. தலைக்கு மேலே கடலுக்குள் வெளிச்சம் மெல்ல கரைந்து வந்தது போல் இருந்தது. பெரிய பாறைகள் அடர்ந்திருந்த இடத்தை அடைந்திருந்தார்கள். 'இதோ கரைக்குப் பக்கத்துல வந்துட்டோம்'

'இவ்வளவு பெரிய கடல்ல நீங்க தனியாவா இருக்கீங்க?'

'ஏன் தனியா இருக்கக் கூடாதா. என்னோட எல்லா பிறப்பும் வாழ்க்கையும் இப்படி கடலா மாறின மாதிரி, தாயோட மடி மாதிரி இருக்கு. இங்க தனியா இருக்கிறது அவ்வளவு பாதுகாப்பா இருக்கு.'

அவள் தோளில் தொங்கிக்கொண்டிருந்தவனின் கால்கள தரையைத் தட்டவும் அவள் அவனை இறக்கிவிட்டாள். 'இங்க இருந்து நீந்தினா கரையச்சேந்துட முடியும். போயிட்டுவாங்க', என்றாள். அவளுக்கு வணக்கம் சொல்லிவிட்டு நகர இருந்தவனை, ஏதோ நினைவிற்கு வந்தவளைப் போல, தன் இரு மார்பகங்கள் மீதும் அணிந்திருந்த பூணிட்ட சங்குகளைக் கழற்றி அவனிடம் கொடுத்தாள். அவன் தன் இருகைகளிலும் கனமான விலைமதிப்பில்லாத அவற்றை மிகுந்த நேசத்துடன் பெற்றுக்கொண்டான். கைக்கொன்றாய் வைத்துக்கொண்டு கரையை அடைந்து திரும்பிப்பார்த்தான். எதிர்த்திசையில் கடலுக்குள்ளிருந்து சூரியன் மேல் எழும்பிக் கொண்டிருக்க, கடல் முழுதும் ஆரஞ்சு வண்ணத்தில் சுடர்ந்தது. கரையை விட்டுச் செல்ல மனமில்லாமல் கடலையும் உதயத்தையும் பார்த்துக் கொண்டே நின்றான்.

அரசாங்கத்திடம், அந்தக் கடலில் ஒரு நகரம் மூழ்கியிருப்பதைத் தெரிவித்தான். 'உங்களுக்கு எப்படித் தெரியும்?', என்று கேட்டபோது, அடிக்கடி தான் கடலுக்குள் சென்று வருவதைத் தெரிவித்தான். 'சான்று ஏதாவது இருக்கிறதா?', என்று கேட்டார்கள். அப்படி அவர்கள் கேட்பார்கள் என்று அவனுக்குத் தெரியும். அந்தச் சங்குகளை அவன் அவர்களுக்குக் காட்ட விரும்பவில்லை. தந்தையின் உயர்பதவியைக் காரணம் காட்டி, எல்லா மட்டங்களிலும் நீர் அகழ்வாராய்ச்சிக்கு விண்ணப்பித்தான். முயற்சிகளைத் தொடர்ந்து கொண்டே இருந்தான். மாதிரி நீர் மூழ்குதலுக்கும், களப்பணிக்கும் முதலில் ஒத்துக்கொண்டார்கள். அவனுக்குள் மீண்டும் அவளைச் சந்திக்கும் ஆசை துளிர்த்தது.

நீர்மூழ்கி உடையுடன் நீருக்குள் குதித்து, நீர்த்திசை மானிகளைப் பயன்படுத்தியும் கடுமையான வேட்டையை நிகழ்த்தியும் ஒரு வழியாக அந்தக் கட்டிடத்தைக் கண்டறிந்தார்கள்.

அவன் ஆவலுடன் எல்லோருக்கும் முன்பாக நீந்திச்சென்றான். அவன் முன்பு சென்று கண்ட அந்தக் கட்டிடத்தின் அறையில் அவள் இல்லை. ஏமாற்றமானான். அந்த அகழ்வாராய்ச்சிப் பணியில் அரசு மிகுந்த ஆர்வம் காட்டியது. கட்டிடத்தின் வரலாற்றையும் கல்வெட்டுகளைப் படி எடுத்து மொழியின் உள்ளடக்கங்களையும் கண்டறிந்தார்கள். ஒவ்வொரு முறையும் அவன் அவர்களுடன் பயணித்து ஓயாமல் அவளைத் தேடினான். அகழ்வாராய்ச்சிப் பணிகள் பல ஆண்டுகள் நீடித்தன. பணியை முடித்து எல்லாவற்றையும் மூடியது வரை அவள் கடலுக்குள் தென்படவே இல்லை.

அவன் திருமணமோ, வேறு எந்தப்பெண்ணிடமும் ஈடுபாடோ இல்லாமல் தொடர்ந்து தனியே வாழ்ந்து வந்தான் நிலத்தில். வயதேறியது. நரை தள்ளியது. மிகவும் வயதடையும் வரை அந்தக் கடலின் கரையோரம் வந்து பாறையில் உட்கார்ந்து விட்டுச் செல்வான். ஒரு நாள் தற்செயலாக, தன் பெட்டியில் மறைத்துவைத்திருந்த அந்த இரண்டு சங்குகளையும் கரைக்கு எடுத்துவந்தான். அன்று முழு நிலவு. சங்குகள் இரண்டும் நிலவொளியில் ஒளிர்ந்தன. அவன் கடலைப் பார்த்துக் கொண்டிருக்கும்போதே, கடலின் கரையை ஒட்டி கடலுக்குள் சிதறிக்கிடந்த பாறைகளினூடே அவள் மேலெழும்பினாள். கடலுக்குள் அலைகளினூடே தலை தெறிக்க, அலைகள் கால்களை இழுக்க அவன் ஓடினான். அவளைச் சேர்ந்ததும் அவள் முன் அந்த இரு சங்குகளையும் முகம் முழுக்க மகிழ்ச்சியுடன் பெரிய சாதனையை நிகழ்த்திவிட்ட பூரிப்புடன் நீட்டினான். அவள் அவற்றைப் பெற்றதும், தன் இரு மார்பகங்களிலும் பொருத்திக்கொண்டாள். அவள் கடலை நோக்கித் திரும்ப, அவன் அவள் தோள்களைப் பற்றிக்கொள்ள அவள் அவனுடன் நீந்தத் தொடங்கினாள். கடலுக்குள் அவன் நீந்த நீந்த அவன் உடல் நரையையும் முதுமையையும் இழந்து மெல்ல மெல்ல இளமையின் பொலிவை அடைந்து கொண்டிருந்தது.

*

கடலும் கரையும்

அது தான் வசந்திக்கு சசியுடன் வெளியில் சென்ற முதல் பயணம். கடைசிப் பயணமும் கூட. வசந்திக்கு வெளியே செல்ல விடுதியில் அனுமதியில்லை. பெற்றோரிடமிருந்து கடிதம் வேண்டும். சசி, அடுத்த நாள் இரவு அமெரிக்கா செல்கிறான். அவனுக்கு இது முதல் வெளிநாட்டுப் பயணம். சசி, 'ரெண்டு பேரும் சேந்து வெளியே எங்கயாவது தங்கிட்டு வருவோம்', என்று கேட்டுக்கொண்டே இருக்கிறான். இன்னும் பதில் சொல்லவில்லை. விடுதி கண்காணிப்பாளர் சுசீலா வழக்கமான கண்டிப்பான மனிதர் இல்லை. என்றாலும் விதிகளைப் பின்பற்றவேண்டும் என்பதில் திடமாக இருப்பார். 'அப்பாக்கிட்ட இருந்து ஒரு லெட்டர் வாங்கிக்கொடுத்துட்டு எங்க வேணா போ. அப்புறம் நான் பொறுப்பு இல்லேல்ல', சுசீலா அவ்வளவு தான் பேசுவார். ஐம்பத்தைந்து வயது, சிக்கலில் மாட்டிக்கொள்ள வேண்டாம் என்று நினைக்கும் வயது. பக்கத்து அறை ரேகா தான் உதவிக்கு வந்தாள். 'நான், கீதா, என்னோட பாய் ஃப்ரெண்ட், அவளோட பாய் ஃப்ரெண்ட் நாலு பேரும் மகாபலிபுரம் போறோம். அப்பாக்கிட்ட லெட்டர் கேட்டேன். இன்னைக்கு வந்து நேர்ல கொடுப்பாரு', என்றாள். 'மகாபலிபுரம், பாய்ஃப்ரெண்டுன்னா கேட்டா?'. 'முட்டாள், அப்படி யாராவது கேப்பாங்களா? கீதாவோட வீட்டுல போய் இன்னைக்கு ராத்திரியும் நாளைக்கும் தங்கிட்டு வரேன்னு. கீதாவோட வீடு

செங்கல்பட்டுல இருக்கு.'நான் யோசித்தேன். நல்ல யோசனை. என் பெயரையும் அவள் பெயருடன் சேர்த்து அவள் அப்பா வந்து கடிதம் எழுதிக்கொடுத்துவிட்டு, அவளுக்கு சில புதிய உடைகளும் கொடுத்துவிட்டுச் சென்றார். சென்னையின் மறு எல்லையில் மாதவரத்தில் ரேகாவின் வீடு இருந்தது. அலுவலகமோ அடையாற்றில். தினமும் வந்து போக முடியாத தூரம். ரேகாவின் வீட்டில் கொஞ்சம் விடுதலை உண்டு. வசந்தி சிறிய பையுடன் வெளியே கிளம்பி வரும்போது சுசீலாவின் கண்ணில் சந்தேகக்கீற்று வசந்தியைத் தொடர்ந்தாற் போல இருந்தது. அல்லது, வசந்தியின முழு பயம் அதுவாக இருக்கலாம். இருபத்தியொரு வயதில் இப்படி ஓர் ஆணை நம்பி இரவு, அதுவும் விடுதியிலிருந்து வெளியே செல்வது வசந்திக்குப் புத்தம் புதியது. தெருமுனையில் ரேகாவும் வசந்தியும் பிரிந்தார்கள். மாலை ஆறு மணிக்கு மகாபலிபுரத்தில் அர்ஜுனன் தபசு அருகில் சந்திக்கலாம் என்பது திட்டம். விடுதியின் வாசலில் சரம்சரமாய்ப் பூத்திருந்த கொன்றைப்பூக்களைப் பார்த்து அதிசயித்து நின்றாள். கோடைகாலம் என்றால் இப்படித்தான். எல்லா மரங்களும் வெயில் என்பது கொண்டாட்டம் போல பூத்துக்கொட்டும். அதன் அருகில் இருந்த புங்கை மரமும் பூத்துக்குலுங்கியது. வாகையும் கூட.

சசி கோடம்பாக்கத்தில் ஒரு லாட்ஜில் தங்கியிருந்தான். வசந்தி தன் கைப்பேசியை எடுத்து அவன் எண்ணை அடித்தாள். 'சசி, எங்க வேணா போகலாம் நாம. எப்ப எப்படி வர்ற? நாளைக்கு நீ ஃப்ளைட் ஏற வரைக்கும் உங்கூடத்தான்', என்றாள். சசி ஒரு மணி நேரத்தில் அடையாறு மத்திய கைலாஷில் வசந்தியைச் சந்தித்தான். வாடகைக் காரை எடுத்துக்கொண்டு வரும் வசதியெல்லாம் அவனுக்கு இருந்தது. இருவரும் அங்கேயே ஒரு ஹோட்டலில் மதிய உணவு அருந்தினார்கள். வசந்திக்குப் பசியே எடுக்கவில்லை. பசியே தெரியவில்லை. புதிய உலகத்திற்குள் காலெடுத்துவைத்தாற்போல. மின்னும் கண்களுடன் பரவசத்துடன் அவ்வப்பொழுது யாரும் பார்க்கிறார்களா எனச்சுற்றிப்பார்த்துவிட்டு, சசியின் விரல்களை வருடி, ஒவ்வொரு விரலின் முனையிலும் முத்தமிட்டாள். சிலிர்க்கும் படியான முத்தங்கள். 'என்னடி, சிலிர்க்கிற மாதிரி

முத்தம் குடுக்குற. யப்பா. எங்கயாவது ரூம் போட்டுரலாம்னு சொன்னா கேக்கமாட்டேங்குற. போலீஸ்ல மாட்டிக்குவோம்னு இப்படி பயப்படுற'. வசந்திக்கு உள்ளூற ஆசை தான். இந்த முறை சாத்தியமில்லை. மகாபலிபுரம் எத்தனையோ முறை சென்றிருக்கிறாள். பள்ளியில் படிக்கும்போது சுற்றுலாவாக, கல்லூரியில் தோழிகளுடன் ஒரு ஞாயிற்றுக்கிழமை, ஓர் ஆவணப்படப்பதிவிற்காக இரண்டு நாட்கள். இரண்டு முறை தன் குடும்பத்துடன். அப்பா எப்பொழுதும் சுற்றுலா வழிகாட்டி ஒருவரை வைத்துக்கொள்வார். அவருக்கு அது பிடிக்கும். 'ஏதாவது புதிய தகவல் கிடைக்கும்மா', என்பார். 'அப்பா எனக்கே மகாபலிபுரத்த பத்தி முழுக்கத் தெரியும். இந்தா இவளுக்கும் தெரியும். ரெண்டு பேருக்கும் ஏழாங்கிளாஸ் பாடத்தில வருது', என்று வசந்தி வழிகாட்டியைத் தவிர்க்க நினைத்தாலும் அப்பா விடமாட்டார். அவளுக்குத் தன் குடும்பம் அல்லாத ஒருவர் உடன் வருவது தங்கள் கட்டுப்பாடின்றி இருக்க வசதியாக இருக்காது என்று நினைப்பாள். மகாபலிபுரம் என்றால் பிரமாண்டமான காட்சிகள் விரியும். கடற்கரையில் இருக்கும் அந்தக் கோயில்களை விட யானைகள் உறங்குவது போல கிடக்கும் பெரிய பெரிய மலைக்குன்றுகள், தான் இந்த மாதிரி வரலாற்றுச் சிறப்புமிக்க ஊரிலா வசிக்கிறோம் என்ற வியப்பை வசந்திக்கு ஏற்படுத்திக்கொண்டே இருக்கும். ஆனால் இரவில் எங்கே தங்குவது? அதுவும் ஆறு பேராக எப்படித்தங்குவது? விடுதியில் தங்கினால் மாட்டிக்கொள்ள வேண்டியிருக்கும்? திருமணம் ஆகவில்லையென்றால் இங்கே எவருடனும் எங்கேயும் தங்கமுடியாது. சசியுடன் தனியாகக் கழிக்கவேண்டிய ஆசை மனதில் வளர்ந்து கொண்டே இருந்தது. அடியில் நீர் ஊறிக் கிணற்றின் மேலே நீர்மட்டம் உயர்வது போல அது தளும்பத் தொடங்கியது.

அர்ச்சுனன் தபசு. மாலை ஆறு மணி. வைத்த கண்ணை எடுக்கமுடியாத படி அழகாக இருந்தது. மழை சற்று நேரம் பெய்திருந்தது போல. ஈரத்தில் பாறைகள் யானைகளாக எழும்பி நின்றன. தன் மகன் மாமல்லனுடன் இங்கே காலங்காலமாக உறங்கிக்கிடக்கும் பாறைகள் வழியாக வந்த நரசிம்மர், தன் மகன் கரிக்கோல் கொண்டு அந்தப்பாறைகள் மீது ஓவியங்கள்

வரைவதைப் பார்த்து அப்படியே குகைவரைக்கோயில்களாகக் குடைந்தால் எப்படி இருக்கும் என்று தோன்றிப் பணிகளைத் தொடங்கியிருக்கிறார். பாறைகளைக் குடைந்து அவற்றை அமைப்புகளாக, மண்டபங்களாக, கோவில்களக ஆக்குவதில் பல்லவர்களிடம் சிறந்த சிற்பிகள் இருந்தனர். எல்லோரையும் வரவழைத்துப் பணிகளைத் திட்டமிட்டார். இந்த அர்ச்சுனன் தபசு, உயர்ந்த ஒரு கலைவெளிப்பாடு. இங்கே கல்லிலே வடிக்கப்பட்ட இரதங்கள் சிறப்பு. கல் ரதங்கள். ரேகாவும் கீதாவும் வந்து சேர்ந்தனர். ரேகாவின் காதலன் வேலன். கீதாவின் காதலன் மயன். எல்லோரும் அங்கே இருந்த குரு என்ற பாரம்பரிய ஓட்டலில் உணவு அருந்தினார்கள். மயன் யார் யாரிடமெல்லாமோ பேசிக்கொண்டிருந்தான். குறைந்த விலையில் ஓர் இரவு மட்டும் தங்கும் அறை எதுவும் கிடைக்குமா என்று விசாரித்துக் கொண்டிருந்தான். இரவிலும் வெயில் கருத்த காற்றாக வீசத்தொடங்கியது. அது விழாக்காலங்கள் இல்லையாதலால் காற்றில் ரசனைக்கும் காதலுக்கும் உரிய இன்பம் பரவிக்கொண்டிருந்தது. ஒரு வேளை மூன்று காதல் ஜோடிகள் வந்திருந்ததால் கூட இருக்கலாம் என்று வசந்தி நினைத்துக் கொண்டாள். வசந்தியால், சசியின் உள்ளங்கைக்குள் இருந்து தன் கையை வெளியே எடுக்கவே முடியவில்லை. அப்படி இருப்பதில் சுகமும் துக்கமும் ஒரு சேரக்கலந்திருந்தது. இன்று ஒரு நாள் தான், நாளை இந்நேரம் விமான நிலையத்தில் நுழைந்திருப்பான், இப்பொழுது விமானத்தில் ஏறியிருப்பான். இப்பொழுதோ பறந்திருப்பான் என்று மனம் காலத்தைக் கணக்குப் போட்டுக்கொண்டே இருந்ததில் எதிர்காலத்திற்கும் நிகழ்காலத்திற்குமாய்ச் சிறகடித்துத் துடித்துக் கொண்டிருந்தது.

மயன் எப்படியோ ஓர் அறையைப்பிடித்துவிட்டான். கொஞ்சம் அதிகவிலை தான். ஆறாயிரம் ரூபாய், ஆறுபேருக்கும். இது தான் பிரச்சனையில்லாத இடம். மயனுடைய நண்பனின் நண்பருடைய அப்பாவின் இடம். கொஞ்சம் கண்டிப்பான விடயங்களைச் சொல்லியிருந்தார். காலை ஆறு மணிக்குள் அறைச்சாவியை வரவேற்பறையில் ஒப்படைத்துவிட வேண்டும். ஆறுபேருமாய்த் தங்குவது என்பதால், பெரிய பிரச்சனை இருக்காது என்று வசந்திக்குத் தோன்றியது.

அதுவும் தெரிந்த நபர் வழியாகத்தான் தங்குகிறோம். இதயம் சத்தமான துடிப்புகளிலிருந்து ஓய்ந்திருந்தது. மயன், குடிப்பான் இரண்டு பியர் பாட்டில்கள் வாங்கிவந்து அறையில் குடிக்கத் தொடங்கினான். அவன் மடியில் படுத்துக்கொண்டாள், கீதா. இருவருமாகப் பேசிக்கொண்டே விளையாடிக்கொண்டே இருந்தனர். ரேகாவும் வேலனும் அறைக்கு வெளியே இருந்த இரண்டு நாற்காலிகளையும் மேசையையும் பயன்படுத்திக் கொண்டிருந்தனர். மேசையில் ரேகா உட்கார்ந்திருக்க, வேலன் நாற்காலியில் உட்கார்ந்து அவள் மடியில் சாய்ந்து கொண்டான். வசந்தியும் சசியும் அறைக்குள் இருந்த இன்னொரு படுக்கையில் அருகருகே படுத்துக்கொண்டனர். நன்றாகத்தான் இருக்கிறது என்று வசந்தி நினைத்துக்கொண்டாள். மயன் தன் கைப்பேசியில் ஏஆர்ரஹ்மானின் மென்மையான காதல் பாடல்களை இசைக்கவிட்டிருந்தான். குறைந்த வெளிச்சத்தைப் பாய்ச்சும் ஒரு மின்சார விளக்கை மட்டும் எரியவிட்டு மற்ற விளக்குகளை அணைத்துவிட்டான். வெளியிலிருந்து ரேகாவின் காதல் கொஞ்சும் பேச்சொலிகளும் சிரிப்பொலிகளும் கேட்டுக்கொண்டிருந்தன. இப்படியான ஒரு சூழலும், சந்தர்ப்பமும் வாய்க்கும் என்று வசந்தி நினைக்கவே இல்லை. அந்தச் சூழலுக்குள் எங்கெங்கெல்லாம் முத்தம் கொடுக்கமுடியுமோ அங்கெல்லாம் சசி வசந்தியை முத்தமிட்டான். கொஞ்ச நேரத்தில் மயன் தான், தனக்குப் பசிக்கிறது என்று முன்னேறி எல்லோருக்கும் என்னென்ன வேண்டுமென்று கேட்டு அறைக்கே உணவுகளை வரவழைத்தான். ஆர்ப்பாட்டமே இல்லாமல் எல்லோரும் அமைதியாகச் சாப்பிட்டு முடித்தார்கள். பொரித்த இறாலும் மீனும் மட்டன் பிரியாணியும் என உணவைச் சுருக்கமாக முடித்துக்கொண்டார்கள். உணவில் எவருக்குமே நாட்டமில்லை. கைகழுவுகிறோம் என்ற காரணத்தின் சாக்கில் ரேகாவும் வேலனும் சேர்ந்து குளியலறைக்குச் சென்று வந்தார்கள். யாருக்கும் மற்றவரைப் பொருட்படுத்தக் கூடிய நோக்கமோ, நேரமோ மீதமில்லை. கலவையான உணர்ச்சிகளும் தரைக்கு மேலே மிதந்து கொண்டிருந்த மனிதர்களுமாய் இருந்தார்கள். காற்றிலும் அறையின் வெளிச்சத்திலும் காமம் துளிர்த்துக்கொண்டிருப்பதை உணரமுடிந்தது. அலுப்பு என்பதோ பொறுப்பு என்பதோ எவருக்குமே இல்லை. இருபது

வயதுகளைத் தொட்டிருக்கும் தொடக்கத்தில் ஆணுக்குப் பெண்ணுடலின் மர்மங்களைக் கண்டறியவும், பெண்ணுக்கு ஆணின் உடல்களைக் கிளர்த்திப்பார்ப்பதும் தானே வாழ்வாக இருக்கமுடியும். காற்றில் ஓர் இறுக்கம் ஏறிக்கொண்டே இருந்தது. காலமும் இடமும் ஒன்றுடன் ஒன்று முயங்கி ரப்பராகி நீட்சியின் எல்லையைத் தொட முயன்று கொண்டிருந்தாற் போல. மெல்ல மழை கொட்டத்தொடங்கியது. எல்லோருமே மழையை வேடிக்கை பார்க்க வெளியே வந்து, தாழ்வாரத்தில் இருந்த நாற்காலிகளில் மேசையில் என நெருக்கமாய் அமர்ந்து கொண்டு வேடிக்கை பார்த்தார்கள்.

அந்த ஹோட்டல் குறைந்த பட்ச நட்சத்திர மதிப்பைக் கொண்டிருந்தது. செயற்கையான பூங்காவும், அதைக் கரைகட்டி இருந்த அலங்கார விளக்குகளும் மழையில் ஒரு மாயலோகத்தை உண்டு செய்தன. மழையுடன் திடீரென்று வேகமான காற்று கலந்து மழையிலிருந்து ஒதுங்கியிருந்த அவர்கள் மீதும் வீசியது. சிலிர்ப்பில் ஹோவென்று கத்தினார்கள். மயன் சத்தமெழுப்பவேண்டாம் என்று எல்லோரையும் கட்டுப்படுத்தினான். செடிகள் மழைக்காற்றில் கலந்து ஆடின. குதூகலித்தன. அவர்களின் அக உணர்வைப் பிரதிபலிப்பது போல் ஒளியும் மழையும் காற்றும் குளிரும் அசைவுகளுமென அவர்களைக் கிளர்த்துவதற்காகவே நடத்தப்பட்ட நாடகம் போல் இருந்தது. மணி பன்னிரெண்டு மணி தான் ஆகியிருந்தது. இந்தமுறை, கீதா தான் தொடங்கினாள். 'இந்த ரூம், இந்த ஸ்பேஸ் எதுவுமே பத்தமாட்டேங்குது. வெளிய போகலாமா. எங்கயாவது குகைக்கு. குகைக்குப் பின்னால. மண்டபத்துக்கு. அல்லது கோயிலுக்கு, இல்லேன்னா அந்தக்கடற்கரைக்காவது. ப்ளீஸ்', மயன் மெல்ல தலையசைத்தான். 'மழை நிக்கட்டுமே. நான் வேற டிரெஸ் எடுத்துட்டு வரல', என்றாள் ரேகா. 'எவ்வளவு ப்ளான் போட்டாலும் இவ இப்படித்தான். இந்த ஒரே சுடிதார்ல தான் இருக்கப்போறியா?'. கீழே பச்சை மேலே ரோஜா வண்ணம். அதன் மீது பச்சை எம்பிராய்டரிப் பூக்கள். ரேகா அன்று அழகாக இருந்தாள். காதலின் தாக்கத்தில் அவளின் உண்மையான ஆளுமை பிரதிபலிப்பது போல் பெண்மையின் வரைவுகள் துல்லியமாய் வெளிப்பட நின்றாள்.

அதற்குள் கொஞ்சம் மழையில் நனைந்திருந்தாள். முலைகள் முகம் எடுத்துக்காட்டின. வேலன் அவள் தோள்களில் கையைப் போட்டிருந்தாலும் கொஞ்சமாய்க் கீழே நழுவி அவளைச் சீண்டிக்கொண்டிருந்ததை வசந்தி கவனிக்கத் தவறவில்லை.

ஐந்து நிமிடங்கள் ஆகியிருக்காது. மழை சட்டென்று நின்றது. கோடையின் மழை. பூமி தன்னை ஆற்றிக்கொள்ள சின்னச்சின்ன மேகங்களைத் தனக்கு மேலே வரவழைத்துக் கொண்டு பெய்யச்சொல்லி நனைத்துக் கொண்டது. அவ்வளவு தான். 'போலீஸ் கண்ணில் மாட்டக்கூடாது. என்னைய கவனிச்சிட்டே வாங்க. கையசைச்சா இருட்டில ஒளிஞ்சிக்கனும்', என்றான். ஆனால், அவனுக்குள்ளும் கொஞ்சம் துணிச்சல் இருந்தது. ஏதாவது பிரச்சனை என்றால் தன் நண்பனிடம் சொல்லி அவன் அப்பாவின் உதவியைக் கேட்டுக்கொள்ளலாம் என்று. மெல்ல குறுக்குச்சாலைகள் வழியாகவெல்லாம் நடந்து மகிடாசுர மர்த்தினி மண்டபத்தைத் தாண்டினார்கள். அங்கே ஒரு காவல்காரர் தூக்கத்தில் தான் இருக்கவேண்டும். மயன், ஒரு சிறிய கல்லைத் தன் கால் அருகிலிருந்து எடுத்து காவல்காரரின் பக்கமாக எறிந்தான். காவல்காரர் உடல் கொஞ்சமாய் அசைந்து மீண்டும் உறைந்தது. ஆறுபேரும் மெல்ல அவரைக் கடந்தார்கள். தொடங்கி முடிக்கப்படாமல் இருந்த ஒரு மண்டபம் கொஞ்சம் ஒதுக்குப் புறமாய் இருந்தது. அதை நோக்கி இருவரும் சாலை வழியாகவே நடந்தனர். ஒரு மீன் பாடி வண்டி அவர்களைக் கடந்து சென்றது. வண்டி ஓட்டுநர் இவர்களைக் கவனித்தும் கவனிக்காமல் சென்றான். அந்த மண்டபத்திற்குச் செல்லும் வழி மயனுக்குத் தெரிந்திருந்தது. ஒரு சிறிய ஊரின் தெரு வழியாக இறங்கி நடந்து வயல்வெளியைக் கடந்து மண்டபத்திற்குள் சென்று விடலாம். ஒரு பெரிய சாகசத்தைச் செய்வது போன்ற உணர்வு எல்லோருக்குள்ளும் நிறைந்திருந்தது. அந்த ஊரின் ஏதோ வீட்டிற்குள்ளிருந்து மயக்கமா கலக்கமா பாடல் கேட்டுக் கொண்டிருந்தது. சன்னமாக ஒலித்த அந்தப்பாடல் ஊருக்கே ஒரு வித அர்த்தத்தை அந்த நேரத்தில் கொடுத்துக் கொண்டிருந்தது. ஊர் சுத்தமாய் அடங்கியிருந்ததற்கு இடையில் இந்தப்பாடலைக் கேட்டுக்கொண்டிருக்கும் அந்த ஒற்றை மனிதர் யார் என்பதாய் வசந்திக்குத் தோன்றியது. பின் தங்கிய அவளை ரேகா இழுத்தாள்.

வயல்வெளியின் வரப்பினூடே ஓடி, மண்டபத்தை அடைந்தனர். வழக்கத்தை விடக் கொஞ்சம் எல்லோரும் சத்தமாகப் பேச மயன் கட்டுப்படுத்தினான். கீதா அவன் மார்பில் பொத்தென்று சாய்ந்து அவனைக் கட்டிக்கொண்டாள். எல்லோரும் அங்கே இருப்பதைக் குறித்து அவளுக்கு ஒரு தன்னுணர்வே இல்லாமல் இருந்தாள். தன்னை நோக்கி நின்று கொண்டிருந்த ரேகாவின் கையைப் பிடித்துத் தோள் வழியாகச் சுழற்றி அவள் பின்பக்கம் அவன் மீது அழுந்துவதைப் போல் தன் மீது அவளைச் சாத்திக்கொண்டு ஒரு தூணில் சாய்ந்து கொண்டான். வசந்தியின் தலையை மெல்லத் தன்பக்கம் இழுத்து அவள் இதழைக் கவ்விக் கவ்வி முத்தம் கொடுத்தான் சசி. இடையில் அவள் காதுகளுக்கு மட்டுமே கேட்கும் படிச் சொன்னான். 'இவ்வளவும் ஒரே நாள் கிடைக்கும்னு நான் நினைக்கவே இல்ல. அமெரிக்கா போனாலும் ஒரு வருசத்துக்குத் தாங்கும்', என்று நின்றபடியே ஆவேசமாக அவளை இழுத்து இன்னொரு கையை மார்பைக் கவ்வி அழுத்தினான். மற்றவர் என்ன நிலையில் என்ன செய்து கொண்டிருக்கிறார் என்று பார்பபதற்கான அவகாசமும் இல்லை, வெளிச்சமும் இல்லை. எல்லோரும் தத்தம் மையலில் முயங்கித் தொடங்கியதை முடிக்க முடியாமல் திணறிக் கொண்டிருந்தனர்.

கொஞ்ச நேரத்தில் யதார்த்தம் புலப்பட மண்டபத்தின் சூழலுக்கு விழித்தார்கள். வானத்தில் வெண்மேகங்கள் இரவின் அழகைக் கொண்டாடிக்கொண்டிருந்தன. நட்சத்திரங்கள் மிகத்தாழ்வாகத்தொங்கிக்கொண்டிருந்தன. வசந்தி, சசியின் ஒரு கையைப் பிடித்த படியே மண்டபத்தின் தரை விளிம்பிற்கு வந்து அண்ணாந்து பார்த்தாள். வானத்தில் நிலா பாதியாய் வளர்ந்திருந்தது. ஆனால் பார்ப்பதற்கு அச்சமாய் இருந்தது. மீண்டும், பார்த்தாள். அதே அச்சமூட்டும் பிம்பம். சசியின் தோள்களைத் தட்டி, 'சசி, இங்க பாரேன், நிலாவ. ஏதோ பயங்கரமான பூதத்தோட நாக்கு மாதிரி இருக்குல்ல'. சசி, அண்ணாந்து பார்த்தான். 'உன் கற்பனைக்கு அளவில்ல, போ', என்றவன் மீண்டும் பார்த்தான். வழக்கத்தை விட அதிகமாய் மஞ்சள் மின்னும் ஒளி கூடிய நாக்கு. 'வானம் தான் பூதம். அதோட நாக்கு தான் நிலா', வசந்தி சொன்னதும் எல்லோரும்

வானத்தைப் பார்த்தார்கள். எங்கோ தூரத்தில், தூர தூரத்தில் நாய்கள் குரைத்துக் கொண்டிருந்தன. இப்பொழுது வேறு பாதை வழியாக ஒரு தார்ச்சாலைக்கு வந்திருந்தார்கள். அங்கு விளக்குக் கம்பத்தில் தொங்கிய கருப்புப்பலகையில் சாளுவான் என்று எழுதப்பட்டிருந்த பலகையின் பாதியை வாசிக்க முடிந்தது. வசந்தி கிட்டத்தட்ட கதறினாள். 'என்ன நாம சாளுவன் குப்பம் வந்திட்டோமா?', என்றாள். மயன், 'சரி, கத்தாத. இந்தப்பக்கம் வடக்கப் பாரு. அதோ, புலிக்குகை தெரியுது'. எல்லோரும் மயன் காட்டிய திசையில் பார்த்தனர். சற்று தூரத்தில் இரவில் கறுப்பு யானையாய் மழை ஈரத்தில் தன் மீதும் விழும் ஒளியின் பொலிவுகொண்டு பகுதியாயத் தெரிந்தது. 'புலிக்குகையா அப்படின்னா?', ரேகா. 'ஒரே கல்லுல குடைஞ்சது தான் ரேகா. இத மன்னன் கலைநிகழ்ச்சிகளப் பாக்குற மேடைன்னும் சொல்றாங்க', என்றாள் வசந்தி. 'நாம வந்த பாதையில தான் இருந்துது. சென்னையிலிருந்து மகாபலிபுரம் வர பாதை'.

வேலன், 'அங்க கொஞ்சம் மறைவா இடம் கிடைக்குமா', என்று கேட்டதும் ரேகா அவன் தோளைக் கிள்ளினாள். 'இப்படியா பகிரங்கமா கேப்ப. அசிங்கமா இருக்கு. ச்சீச்சீ'.

'இதுல என்ன அசிங்கம். அவங்களையும் கேளு. அவங்களுக்கும் தான் தேவைப்படும். ஒரு ரூம் சரிப்பட்டு வராது.' அவனுக்கு வலிக்கும்படிக் கிள்ளிவிட்டாள் போல. துடைத்துக்கொண்டே இருந்தான். மயன் சிரித்துவிட்டான். 'அடுத்த தடவ கண்டிப்பா தனித்தனியா ரூம் போட்டுக்கலாம் ப்ரோ. இந்த தடவ கொஞ்சம் அட்ஜஸ்ட் பண்ணிக்கோங்க, ப்ளீஸ்', என்று கெஞ்சுவது போலக்கேட்டான். இந்த முறை சீதா தன் கையைக் காற்றில் வீசி அவனை அடித்தாள்.

நடந்து நெடுஞ்சாலைக்கு வந்திருந்தார்கள். நடு நிசியில் கைகளை வீசிச் சாலையின் மையமாய் நடந்து வந்து கொண்டிருந்தார்கள். 'போலீஸ் பெட்ரோல் வண்டிவந்தா இந்த சரிவுல பதுங்கிரனும், சரியா', எல்லாருக்கும் பொதுவாய் மயன் சொன்னான். மழையில் நனைந்திருந்த தார்ச்சலை ஒளியில் மின்னியது. பெய்த மழை போதாது என்பதாய் இன்னும் இறுக்கமாயும் நடக்கநடக்க எல்லோருக்கும் வியர்வையுமாய்க்

கசிந்தது. ரேகா, ‘இப்ப எங்கப்போறோம்?’, என்று கேட்டாள். மயன், ‘நேரா ரூமுக்குப் போவோம். காலையில ஆறு மணிக்கு சாவியக் குடுத்துட்டுக் கடற்கரைக்குப் போகலாம்’, என்றான். கீதா, ‘இப்பவே கடற்கரைக்குப் போனா எப்படி இருக்கும்? ராத்திரி கடலைப்பாக்க எப்படி இருக்கும்னு தெரியாது எனக்கு. மயன், ப்ளீஸ்’, என்று கெஞ்ச, ‘பாக்கலாம்‘, என்றான். அவர்கள் ஏதோ குறுக்கு வழியில் சென்று இப்பொழுது நேர்வழியில் திரும்புவது போல மிக நீளமாய் இருந்தது அவர்கள் திரும்பிய வழி. அவர்கள் தங்கியிருந்த லாட்ஜின் காவல்காரர், ‘எங்க சார் இந்த நேரத்துல் போயிட்டு வரீங்க. எந்த டீக்கடையும் திறந்துருக்காதே’, என்று பேசிவிட்டு அவர்களுக்கு இரும்புக்கேட்டைத் திறந்து விட்டார். மயன் அவரிடம், ‘கடற்கரைக்கு எப்படிப் போகனும் இங்க இருந்து?’, என்று கேட்க, கீதா மகிழ்ச்சியில் கூச்சலிட்டாள். ‘இப்படித்தான். இந்தக் கல்பாதையில நடந்து போனீங்கன்னா, அது முடியற இடத்துல ஒரு மரக்கதவு இருக்கும். இந்தாங்க சாவி’, என்று கொடுத்துவிட்டவர், அவர்கள் பக்கம் திரும்பி அவர்கள் எல்லோரையும் நிதானமாகப் பார்த்தார். பின், மயனிடம் வந்தார். ‘நீங்க தான் செந்திலோட ஃப்ரெண்ட். கடல் ரொம்பக்கொந்தளிப்பா இருக்கு. யாரையும் தண்ணீல இறங்க விட்டுராதீங்க’, என்று ஓர் எச்சரிக்கைப் போலச் சொல்லிவிட்டுப் போய் அவனுடைய மர நாற்காலியிலேயே உட்கார்ந்து கொட்டாவி விட்டார். அவர் நடத்தையில், ‘இதுங்களுக்கு வேற வேல இல்ல போல இருக்கு’, என்ற எண்ணம் தெளிவானது. எல்லோரும் நகர்ந்து அந்தக் கல்பாதையில் நடந்து மரக்கதவைத் திறந்தால், ஏதோ பூட்டிவைக்கப்பட்ட கடல் போல ஓவென்று திறந்து சத்தமாய் அலைகளை அவர்களை நோக்கி அனுப்பியது.

எல்லோரும் அந்த மரக்கதவிலிருந்து சரிவான கடற்கரை மணல் வழியாக சறுக்கிக்கொண்டு தாழ்வான பகுதிக்கு வந்து கடலை நோக்கி அந்தச்சமதளத்தில் ஓடினார்கள். அலைகளை எல்லாம் புறக்கணித்துக் கொண்டு கடலின் மையத்திற்கே ஓடுவது போல பாய்ச்சலுடன் ஓடினார்கள். எல்லோருக்குள்ளும் இவ்வளவு வேகம் எங்கே இருந்தது என்பது போல ஒரு புதிய சக்தியும் உணர்ச்சியும். வசந்தியும் மயனும் மட்டுமே மரக்கதவை மீண்டும் தாழிட்டுக்கொண்டு கடலை நோக்கி மெதுவாக நிதானமாக நடந்தார்கள். வசந்தி

எத்தனையோ முறை இரவு பகல் என்று கடல் அலைகளைப பார்த்திருக்கிறாள். அன்று கடல் அலை வழக்கம் போன்ற உற்சாகத்துடன் இல்லை. அலைகள், ஆவேசமாக இருந்தன. தாண்டவமாடின. இருள் பின்புறத்தில் கெட்டித்துப் போய் இருக்க,நுரை தள்ளிய அலைகள் கொந்தளித்தபடி சரிந்து சரிந்து விழுந்தன. வசந்தியும் மயனும் கடற்கரைக்கு வந்து சேர்வதற்குள் ஓரலை பாய்ந்து வந்து ரேகாவை மண்ணில் சாய்த்திருந்தது. தெப்பலாய் நனைந்திருந்தாள். 'அச்சோ', என்று எல்லோரும் அவள் மீது கவனத்தைச் செலுத்தினாலும் அடுத்த அலைக்கே மனம் மாறியிருந்தனர். ரேகா, அடுத்த அலையில் முற்றிலும் நனையத் தயாராயிருந்தாள். ஒரே ஆடையையும் அலையில் நனைத்து காற்றில் உலர்த்தத் தயாராகிவிட்டாள். ஆண்கள் எல்லோரும் தள்ளி இருந்த ஒரு படகின் பின்னால் சென்று சிறுநீர் கழித்து வந்தனர்.

இரவிலும் திட்டாய், கடற்கரைக்கோயில் வானை நோக்கிக் கூர்மையாய் நின்று அவர்கள் எல்லோரையும் உறுத்துப்பார்த்துக் கொண்டிருந்ததாய் வசந்திக்குத் தோன்றியது. அடிக்கடி, அந்தக்கோபுரத்தையே இரவினூடே துளைத்துப்பார்த்தாள். மயன் எல்லோர் மீதும் பார்வையைப் பாய்ச்சி எச்சரித்துக் கொண்டே இருந்தான். எங்கிருந்தோ அந்த இருளில் இருந்து ஒரு நாய் ஓடிவந்து அவர்களுக்கிடையே நின்று அலை வர, அவர்கள் எல்லாம் கரைக்கு ஓடி வருவதைப் போல அதுவும் சேர்ந்து கொண்டது. வசந்தி, கரையில் அமர்ந்து விட்டாள். சசி, அவர்களுடன் சேர்ந்து சிறுவனாய் ஓடி ஆட்டமிட்டுக் கொண்டிருந்தான். வசந்திக்கு கடலும் அலையும் சொல்லும் ரகசியம் போல ஒரு தத்துவ நிலையில் அவள் இதயம் மிதந்து கொண்டிருந்தது. இந்தக் கடல், அலை, கரை, நிலவு எதுவுமே நாளை இருக்காது. வசந்தி எங்கோ, சசி எங்கோ. நாளை முதல் எல்லாமே மாறப்போகிறது. இரண்டு வருடங்களாக, வசந்தியும் சசியும் நெருக்கமாகப் பழகிவருகிறார்கள். சசிக்கு இந்த வேலை அவனே எதிர்பாராதது. வேலையில் சேர்ந்து எல்லாம் உறுதியான பின், வீட்டிற்கு அவர்கள் உறவைப் பற்றிச் சொல்லிக் கல்யாணம் செய்து கொண்டு இருவரும் பறந்து செல்லவேண்டும். வசந்தியைச் சசியின் அம்மாவிற்குக் கொஞ் சமாய்த் தெரியும். சசியின் அப்பா தான் சாதி என்று ஏதாவது

தொடங்குவார் என்று சசி எதிர்பார்த்தாலும், அப்பாவிடம் கொஞ்சம் பிடிவாதம் கொண்டு, அவசியமென்றால் சண்டை போட்டுக்கொண்டு கல்யாணம் செய்துவிடவேண்டும் என்று சொல்வான். வசந்தி, இன்னும் அது குறித்து யோசிக்கவில்லை. வசந்தி இது குறித்து எல்லாம் பொருட்படுத்தாமல் சர்வீஸ் தேர்விற்குத் தன்னைத்தயார் செய்து கொண்டிருக்கிறாள். அவளுக்கு இது இளம்பருவத்து இலட்சியம் போல.

எப்பொழுதும் வசந்தி, சசியிடம் சொல்வது,' வாழ்க்கைய அப்பப்ப ஒவ்வொரு நாளாக் கையாண்டா போதும். எனக்கு இந்த நாள் தான் முக்கியம்'.

'தத்துவக் கிழவியாயிட்ட, வசந்தி', என்பான் சசி. வசந்திக்கு அவளுடைய வாழ்க்கை நிறைய சொல்லிக்கொடுத்துவிட்டது. அவளுடைய அப்பாவின் மரணம் சற்றும் எதிர்பாராதது. மூன்று ஆண்டுகளாகிவிட்டன. அம்மா, தன் எல்லா நம்பிக்கைகளையும் வசந்தி மீது வைத்திருக்கிறாள். வாழ்க்கையே அவளுக்கு ஒரு பந்துமாதிரி ஆகி, அவள் கையில் எறியப்பட்டுக்கொண்டே இருப்பதாகத் தோன்றும். சசியை நம்பலாம் என்றால் எதிர்பாராத திருப்பங்களைச் சந்திக்கும் அளவிற்குப் பக்குவப்பட்டவன் அல்ல, அவன். இந்த இரவு, இந்தச் சந்திப்பு, இந்தப்பயணம் எல்லாமே களியாட்டத்தின் ஒரு பகுதி தான் என்று வசந்தியால் உணர்ந்து கொள்ள முடிந்தது. ரேகாவைப் போலவோ, கீதாவைப் போலவோ மிதமிஞ்சித் துள்ள, உற்சாகமடைய தன்னால் முடியவில்லை என்று வசந்தி நினைத்துக் கொண்டாள். இன்று சசி கூட அதிக உற்சாகமாய் இருக்கிறான். சசி வெளிநாட்டிற்குச் செல்வதை வசந்தியால் தாங்கிக்கொள்ளமுடியவில்லை என்றாலும் அதை வெளிப்படுத்திக்கொள்ள வாய்ப்போ, சூழலோ இல்லை. வேண்டுமென்றால், தனியாகக் கத்தி அழுது கொள்ளலாம் என்று தனக்குத்தானே சொல்லிக்கொண்டாள். அப்பாவின் மரணத்திற்குப் பின் எந்த ஒரு கட்டற்ற மகிழ்ச்சிக்கும் விடுதலைக்கும் தன்னை ஒப்படைக்கமுடியாமல் தவித்தாள், வசந்தி.

கடலும் இரவும் வானமும் அகண்டு கிடந்தன. இரவு ஏன் இப்படி இன்று இவ்வளவு நீளமாய் இருக்கிறது. நீண்டு கொண்டே இருக்கிறது. மகாபலிபுரத்திற்கு வந்து நெடுநேரமாய்

ஆகிவிட்டதைப் போல நிறைய நிகழ்வுகள் நடந்து விட்டதைப் போல உணர்ந்தாள், வசந்தி. சசி, உடலெங்கும் ஈரத்துடன் வசந்தியை நோக்கி ஓடிவந்து அவளை இருகைகளால் அப்படியே தூக்கிக் கொண்டு அவள் எதிர்பார்க்கும் முன் அலைகளில் அவளைப் போட்டான். இதைப்பார்த்துக் கொண்டிருந்த எல்லோரும் சத்தமாய்க் கத்தினர். எல்லோரின் ஒருமித்தத் திட்டம் போல இருந்தது. வசந்தி ஒரு குழந்தையாகிக் கைகளையும் கால்களையும் உதறி சசியின் நெஞ்சில் குத்தினாள். அவன் அவளை அப்படியே ஈரத்துடன் அணைத்துக்கொண்டு, அவள் இதழ்களில் அதே ஈரத்துடன் முத்தமிட்டான். 'எவ்வளவு அழகா இருக்குத் தெரியுமா இது. எப்படி நமக்காக யாரோ திட்டம் போட்டு, டிசைன் பண்ணி எல்லாரும் போய் எவ்வளவு சந்தோசமா இருக்கமுடியுமோ அவ்வளவு சந்தோசமா இருங்கன்னு அனுப்பி வச்ச மாதிரி இருக்கு. இதெல்லாம் இல்லாத ஒரு வெறுமயில கிளம்பிப்போய் அந்த அமெரிக்காவில என்ன பண்ணுறது, வசு', கிசுகிசுத்தான் சசி. வசந்தி, அவன் மார்பில் சாய்ந்து கொண்டு அவன் அறியாமல் கண்ணீர் விட்டாள். சசி, தன் ஈர விரல்களில் வசந்தியின் விரல்களைக் கோர்த்துக்கொண்டு, தலையைத் தன் மீது சேர்த்துக் கொண்டு ஈரத்தில் ஈரமாய் இருவரும் நின்றனர்.

மிகை உற்சாக நிலையை ரேகாவும் கீதாவும் தொடர்ந்தனர். சிறு பிள்ளைகள் போல அலையை நோக்கி உள்ளே ஓடி, அலை கரையை நோக்கிப் பாயும் போது அதில் நனையாமல் கரையை எட்டவேண்டும் என்று போட்டியிட்டனர். இந்த விளையாட்டிற்குப் பிறகு யார் யாரை அலையில் தள்ளிவிடுவது என்று தொடர்ந்தனர்.

அங்கு நிலவிய உற்சாகமும் மகிழ்ச்சியும் துள்ளலும் ஓர் எல்லையைத் தொட்டுவிட்டது போலவும் எப்பொழுது அது தரைக்கு வரும் என்பது போலவும் வசந்தி எதிர்பார்த்துக் கொண்டிருந்தாள். இந்த மிகை மகிழ்ச்சி ஏனோ வசந்திக்கு மகிழ்ச்சியைத் தரவில்லை. ஒரு கொந்தளிப்பையும் சொல்ல வொணா பதட்டத்தையும் கொடுத்துக் கொண்டிருந்தது. ஒரு வேளை இம்மாதிரி கட்டற்றுப் பயணிப்பதும் உலாவுவதும் தனக்குப் பழக்கமில்லாததால் உண்டாகும் கொந்தளிப்பு உணர்வோ என்று தன்னையே சமனப்படுத்திக்கொள்ளத்

துடித்தாள். முன்பிருந்த நாயுடன் இன்னொரு நாயும் சேர்ந்து கொள்ள வந்திருந்தது. இரண்டும் ஒன்றன் பின்னால் ஓடிவர ஒன்று அந்த விளையாட்டில் ஆர்வம் இல்லாமல் தவிர்த்துக் கொண்டிருந்தது. அரை நிலவு உச்சியைக் கடந்திருந்தது. முன்பிருந்த ஆவேசம் அதன் நாக்கில் இல்லை. இப்பொழுது அது ஓர் அமைதியான சோகத்துடன் இருந்தது.

வசந்தியும் சசியும் அருகில் இருந்த ஒரு கட்டுமரத்தின் கைப்பிடியில் ஏறி உட்கார்ந்து கொண்டனர். கால்கள் காற்றில் தொங்கிக்கொண்டிருந்தன. இருவரின் கால்களும் ஒன்றையொன்றுப் பின்னிக்கொண்டு விளையாடின. 'போதுமா, இது?', என்று கேட்டாள் வசந்தி. 'இல்ல. போறதுக்கு முன்னால் ஒரு குழந்தையக் கொடுத்துட்டுப் போயிட்டா கல்யாணத்த முடிக்கிறது ஈசின்னு நெனைச்சேன். அதான் முடியல', என்றான் சசி. வசந்தி அவன் இடுப்பைக் கிள்ளினாள்.

'அடப்பாவி. அப்படியொரு திட்டம் வேற இருந்துச்சோ. வா, வா இப்பவே வந்த வேலைய முடிப்போம். அவங்க எல்லாரும் கடற்கரையில இருக்கிறதுக்குள்ள முடிச்சிரலாம்', வசந்தி சொல்ல, சசி சிரித்தான். 'என்னடி இப்படி அசிங்கமா சொல்லுற. எனக்கு இப்பவே செத்துப்போலாம் போல இருக்கு. இப்படியொரு கடல், இரவு, நிலா, முத்தம், நீ யாருக்குடி கிடைக்கும் என் தங்கமே', அவளை இழுத்து அணைத்துக்கொண்டு திகட்டத்திகட்ட முத்தமிட்டான். திரும்பிப்பார்த்தால், அலையை ஒட்டிய கரையின் ஈரத்தில் ரேகாவும் வேலனும் வானத்தைப் பார்த்துப் படுத்துக் கிடந்தனர். அலைகள் அவர்கள் கால்களை மீண்டும் மீண்டும் நனைத்துத் திரும்பியது. பார்க்க அழகாக இருந்தது. கீதாவும் மயனும் இன்னொரு கட்டுமரத்தின் அருகே மணலில் அமர்ந்திருந்தனர். மயன், கீதாவின் மடியில் படுத்திருந்தான். சூழல் அமைதியாக இருந்தது. வசந்தியின் மனமே கடல் அலைகள் அமைதியடைந்துவிட்டதாய் எண்ணிக்கொண்டன.

எல்லோரும் அறைக்கு வரும்போது மணி அதிகாலை நான்கு ஆகியிருந்தது. 'தூங்குறவங்க தூங்குங்க. காலையில ஆறுமணிக்கு எழுந்திருச்சி, கடற்கரைக் கோயிலுக்குப் போயிட்டு அப்படியே அந்தப்பக்கக் கடற்கரைக்குப் போவோம்', என்று சொல்லிய மயன் முதல் ஆளாய்த் தூங்கியிருந்தான். கீதா அவன்

அருகில் அவன் நெஞ்சுடன் தன் கையைப் போட்டுச் சேர்த்து அணைத்துப்படுத்திருந்தாள். ரேகா மேல் உடையை எடுத்து அறையில் இருந்த நாற்காலியில் போட்டுவிட்டு, உள்ளாடையுடன் இடுப்பில் ஹோட்டல் டவலை எடுத்துக் கட்டிக்கொண்டு, பொதுவாக எல்லோருக்கும் ஒரு 'சாரி', என்று சொல்லிவிட்டு வேலனுடன் இன்னொரு கட்டிலில் படுத்துக் கொண்டாள. தரையில் ஹோட்டல் போர்வையை எடுத்துவிரித்து சுவரில் வாகாய்ச் சாய்ந்து கொண்டு வசந்தியும் சசியும் விழித்திருந்தார்கள். ஏதேதோ பேசினார்கள். போதாத போது, கொஞ்சினார்கள், முத்தமிட்டார்கள். மேல் உடையுடன் சேர்த்து அவள் முலைகளைக் கடித்தான். ரவிக்கையினூடாக கையை விட்டு ஆறுதலாக அவள் முலைகளை வருடிக்கொடுத்தான். அவள் கையை எடுத்து தனக்குள் விட்டுக்கொண்டான். இருவருக்கும் தலைக்கு மேல் துயரம் வளர்ந்து கொண்டிருந்தது போல இருந்தது. ரேகாவிடமிருந்தும் மயனிடமிருந்தும் குறட்டை வந்து கொண்டிருந்தது. ஆறுமணிக்குச் சரியாக மயனின் கைப்பேசியில் அலாரம் ஒலித்தது.

அடித்துப் பிடித்து எழுப்பிப் பல் துலக்கி முகம் கழுவி, ஆறே முக்காலுக்கு ஹோட்டல் சாவியை வரவேற்பறையில் கொடுத்துவிட்டு வெளியே வந்தார்கள். விழிப்பிற்காக எல்லோரும் அமைதியாகத் தேநீர் குடித்தார்கள். வேலன் எல்லோருக்காகவும் சேர்த்து ஒரு பொட்டலத்தில் வடைகள் வாங்கிக்கொண்டான். 'கடற்கரையில உக்காந்து சாப்பிடலாம்', என்று பொதுவாகச் சொன்னான். தெருவிலிருந்து வெளியே வ ந்தால், ஒரு பாட்டி கோளமாய் மல்லிகைப்பூவை விற்றுக்கொண்டிருந்தாள். அந்த இடத்தில் அந்த விடிகாலை நேரமே எப்படி அவள் வந்தாள் என்பதாக இருந்த அந்த இடத்தின் அசாதாரணச் சூழலும், அமானுட நேரமும். அங்கொருவரும் இங்கொருவருமாய் மனித நடமாட்டம் தெரிந்தது. 'கண் கூசுற வெயில் எரிச்சலா இருக்கு', ரேகா சொல்ல, வேலன் சிரித்தான். 'ஏன் இருக்காது. ராத்திரி போட்ட ஆட்டம் அப்படி', என்று சொல்ல, 'ஏதோ நான் மட்டும் தான் எல்லாம் மாதிரி சொல்லுற', என்று அவன் முதுகில் குத்தினாள்.

கடற்கரைக்கோவிலுக்குள் செல்ல நுழைவுச்சீட்டு வாங்கினான் சசி. எல்லோரும் முன்பாகச் செல்ல, வசந்தியும்

சசியும் ஒவ்வோர் இடமாய்ச் சுற்றிப்பார்த்துக்கொண்டே வந்தார்கள். கடலுக்குள்ளிருந்து பார்க்கவும் இங்கே ஏழு கோபுரங்கள் தெரிந்ததாம். ஐரோப்பியர்களின் நாட்குறிப்பேட்டை வைத்துதான் இந்த முடிவிற்கு வந்திருக்கிறார்கள் தொல்பொருள் ஆய்வுத்துறை. இன்னும் சில கோபுரங்கள் கடலுக்கு அடியில் மூழ்கியிருப்பதாய்ச் சொல்கிறார்கள். இரண்டாயிரத்து நான்காம் ஆண்டு கடற்கோளின் போதும் இந்தக்கடற்கரைக்கோயில் சேதப்படாமல் இருக்கும் அளவிற்கு வலுவானது. வசந்தி அந்தக் கோவிலின் உயரத்தைப் பார்த்துக் கொண்டே இருந்தாள். ‘கடல்லேர்ந்து பாக்குற அளவுக்கு இந்தக்கோவில் அவ்வளவு உயரமா இருக்கு’, வசந்தி கேட்டதற்கு சசியும் கோவிலின் கோபுரத்தைப் பார்த்துவிட்டு தூரத்தில் கடலுக்குள் பார்த்தான். எழுந்து வந்த சூரியன் சசியின் கண்களில் வட்டமாய் குட்டி ஆரஞ்சுப்பழமாய்த் தெரிய, வசந்தி சசியின் ஆண்மையை ரசித்தாள். அவன் கழுத்து முகம் எல்லாம் பொன்னொளியில் மிளிர்ந்தது. அவன் நல்ல கருப்பு. களை நிறைந்தவன். சிரித்த முகத்துடன் எப்போதும் இருப்பவன். பொசுக்கென்று ஒன்றுமில்லாத துயரம் என்று வசந்தி நினைக்கும் ஒன்றிற்கு அழுதுவிடுவான்.

கல்லாலான அந்தக் கோவிலைச் சுற்றி வந்தார்கள். இவர்களுக்கு முன்னே ரேகாவும் வேலனும் பய பக்தியுடன் அந்தக் கோவிலைக் கடவுள் உறையும் இடம் போல எண்ணி வழிபட்டு வர, கீதா மயனுடன் எதற்கோ சண்டை போட்டுக்கொண்டே வந்தாள். இருவர் முகத்திலும் சலனமின்மையும் இறுக்கமும் நிறைந்திருந்தது. ரேகா வேலனிடமிருந்து கொஞ்சம் முன்னால் சென்று கொண்டிருந்தாள். கோவிலின் ஒரு திருப்பத்தில் அவர்கள் நால்வரையுமே காணவில்லை. ஒரு கோவிலின் உட்பக்கம் வசந்தியும் சசியும் நுழைய, மயன் கீதாவிற்கு முத்தம் கொடுத்துக் கொண்டிருந்தான். கொஞ்சம் இருளாக இருந்ததால் யாரென்று பழகியிராதவர்கள் கண்களுக்குச் சட்டென்று தெரியாது. வசந்திக்குச் சிரிப்பு வந்துவிட்டது. ‘இனி சண்டை தீந்துரும்’, என்று வசந்தி சொல்ல, ‘அவங்க போனோன்ன அந்த இடத்த நம்ம வாடகைக்க்கு எடுத்துக்கலாம்’, சசி கிண்டலாய்ச் சொல்ல, வசந்தி வெட்கத்துடன், ‘ச்சீ. எப்பவும் அதே நெனப்பு தானா’, என்றாள்.

சுற்றியுள்ள கல்பாதையில் நடந்து வெளியே வந்தார்கள். கீதாவும் மயனும் உற்சாகமாகியிருந்தார்கள். அந்த நேரத்திலேயே ஐஸ்வண்டிக்காரன் நின்று இரைந்து கொண்டிருந்தான். மயனும் கீதாவும் எல்லோருக்கும் ஐஸ் வாங்கிக்கொடுத்தார்கள். 'மணி எட்டு ஆகியிருக்குமில்ல. பசிக்குது', என்று ரேகா பொதுவாய எல்லோருக்கும் சேர்த்துச் சொல்ல, 'கடற்கரைக்குப் போய்க் கடல பாத்துட்டு நேரா சாப்பிடப்போயிரலாம். அரை மணி நேரம் தான்', என்றான் மயன். ஐசை சாப்பிட்டுக்கொண்டே கடலை நோக்கி நடந்தார்கள். ஒவ்வொருவர் கையிலும் ஒவ்வொரு நிறத்தில் ஒவ்வொரு விதமான ஐஸ். கூட்டம் அவ்வளவாக இல்லை. மொத்தமே கடற்கரையில் இருபது பேருக்கும் மேல் இருந்திருக்கமாட்டார்கள். கடல் எட்டத்தெரியும் போதே, கண்ணில் பட்டதுமே ரேகாவிற்கும் கீதாவிற்கும் எங்கேயிருந்து ஒரு வேகம் வந்ததோ அப்படி ஒரு வேகத்தில் கூச்சலிட்டுக்கொண்டே கடலை நோக்கி ஓடினார்கள். அந்த வேகத்திலும் தங்களிடமிருந்த பைகளை வேலனிடமும் மயனிடமும் கொடுத்துவிட்டு ஓடினார்கள். மீண்டும் அங்கே காற்றில் கொந்தளிப்பான உணர்வலைகள் பரவின. அந்தச் சமதளமான கடற்கரை சமநிலை நழுவி ஆடியது போலிருந்தது.

கடல் மேலே ஏறிய சூரியனின் ஒளியைக் கரைத்துத் தன்னை ஒளிநீராக்கிக் கொண்டிருந்தது. எதிரொளியில் கீதாவும் ரேகாவும் கடலுக்குள் நிற்பதையும் அலைகள் அவர்கள் தள்ள கூக்குரலுடன் கத்துவதையும் கரையில் நின்று வசந்தியும் மயனும் பார்த்துக் கொண்டிருந்தார்கள். வசந்தி, கொஞ்ச நேரம் கால்களை அலைகள் நனைக்க நின்றுவிட்டு மணல் பகுதிக்கு மீண்டு வந்து விட்டாள். மயனுக்குக் கடலில் நனைவதை விடப் பார்த்துக் கொண்டிருப்பது தான் பிடிக்கும் என்று சொன்னான். வசந்தி, ஒரு பெரிய அலை தூரத்திலிருந்து வருவதைப் பார்ப்பதும் அது கடலின் கரையில் வந்து மடங்கி விழுந்து வெறுமனே சோர்ந்து உள்ளிழுக்கப்படுவதையும் ஒவ்வோர் அலையாகப் பார்த்துக் கொண்டிருந்தாள். கண்ணில் படும் தூரத்தில் சசியும் வேலனும் முங்கி எழுந்து கொண்டிருந்தனர். சசி நனைந்த தலையைத் தனக்கே உரிய பாணியில் கோதிவிட்டுக்கொண்டு அடுத்த அலை வரை மூழ்கினான். கடலுக்குள் அவர்கள் நால்வரைத் தவிர யாரும் இல்லை.

ஒரு பெரிய அலையில், ரேகாவும் கீதாவும் கத்திக்கொண்டே எம்பினார்கள். அலை கடந்து சென்றதும் ரேகாவின் தலை மட்டும் தெரிந்தது. அவள் கீதாவைத் தேடி மூழ்கினாள் போலும். அடுத்த கணம் அவள் தலையும் தென்படவில்லை. சசி தான் முதலில் கவனித்தான். 'ரேகா! கீதா!', என்று கத்தினான். ஆவேசமாகக் கத்தினான். இருவருமே அதற்குப்பிறகு கடலின் பரப்பில் தென்படவே இல்லை. வசந்தியின் அருகில் உட்கார்ந்திருந்த மயனின் முகத்தில் இருந்த கலவரம் பயங்கரமாக இருந்தது. எழுந்து கதறிக்கொண்டே கடலை நோக்கி ஓடினான். வேலனுக்கு ஆழத்தில் நீந்திச்செல்லும் நீச்சல் தெரியும். பல முறைகள் செய்திருக்கிறான். வேலன் நீரில் பாய்ந்து வெவ்வேறு இடங்களில் மேலே எழுந்தான். மயன் அங்கும் இங்கும் ஓடிக் கத்திக் கதறி அழுதான். அதற்குள் ஆங்காங்கே இருந்தவர்கள் எல்லோரும் கூட்டமாய் அங்கே கூடிவிட்டனர். நிகழ்ந்தது தெரிந்து கூட்டத்திலிருந்து இருவரும் கடலுக்குள் பாய்ந்தார்கள். கரையைத் தொட்ட ஓர் அலை, அவர்கள் யாரோ ஒருவரின் தலையிலிருந்து பூச்சரத்தை மட்டும் கரைக்கு இழுத்துவந்தது. மயன் அதைக் கையில் எடுத்து மறு அலையில் நழுவவிட்டான். மனம் பிறழ்ந்தவனைப் போல அங்கும் இங்கும் ஓடியும் கதறியும் நடுங்கியும் கரையில் புரண்டும் தரையை ஓங்கி அறைந்தும் அழுதான். வசந்தி கரையில் கிடந்த அவர்கள் எல்லோரின் பைகளின் அருகே நின்று சத்தமாய் அழுது கொண்டிருந்தாள். கூட்டத்தில் யாரோ காவல்துறைக்குத் தெரிவித்தார்கள். கடலுக்குள் நின்று எல்லோருடனும் பதைபதைத்துக்கொண்டிருந்த சசி கரைக்கு வந்தான். வசந்தியின் கண்களுக்குள் ஊடுருவி பார்த்தான். தன் பையை எடுத்தான். உள்ளே கையை விட்டுத் தன் ஃபோனை எடுத்துக் கடலை நோக்கி வீசி எறிந்தான். அங்கிருந்து விறுவிறுவென நடந்து வெளியேறிச் சென்றான். வசந்தி, 'சசி, சசி. போகாத, சசி', என்று கத்தினாள். சசி தூரத்தை நோக்கிச் சென்று கொண்டிருந்தான்.

கொஞ்சம் கொஞ்சமாகக் கடல் வானின் நீல நிறமே கொண்டு பின் என்றென்றைக்குமாய்க் கசந்தது.

*

குட்டி ரேவதி - பாளையங்கோட்டை அரசினர் சித்தமருத்துவக் கல்லூரியில் சித்தமருத்துவத் துறையில் மருத்துவப்பட்டம் வென்றிருக்கிறார்.

பூனையைப் போல அலையும் வெளிச்சம் *(2000)*, முலைகள் *(2002)*, தனிமையின் ஆயிரம் இறக்கைகள் *(2003)*, உடலின் கதவு *(2006)*, யானுமிட்ட தீ *(2011)*, முத்தத்தின் அலகு (காதல் கவிதைகளின் தொகுப்பு, *2011)*, மாமத யானை *(2012)*, இடிந்த கரை*(2012)*, அகவன் மகள் *(2013)*, காலவேக மதயானை *(2016)*, அகமுகம் *(2017)*, மூவாமருந்து *(2019)* ஆகிய கவிதை நூல்களை எழுதியுள்ளார். இந்தக் கவிதைகள் இரண்டு தொகுதிகளாகவும் வெளிவந்துள்ளன. "முள்ளிவாய்க்காலுக்குப் பின்", (ஈழத்திலிருந்து புலம்பெயர்ந்த கவிஞர்களின் ஈழ இனப்படுகொலை பற்றிய நினைவுக்கவிதைகள், *2011)* என்ற தொகுப்பையும் வெளியிட்டிருக்கிறார். *UK Southbank Centre* நிறுவனம் தேர்ந்தெடுத்த சென்ற நூற்றாண்டின் சிறந்த ஐம்பது காதல் கவிதைகளில் இவரது 'முலைகள்' கவிதையும் ஒன்று.

'நிறைய அறைகள் உள்ள வீடு' *(2013)*, விரல்கள் *(2018)* ஆகிய சிறுகதை நூல்களை வெளியிட்டிருக்கிறார். "காலத்தைச் செரிக்கும் வித்தை", (தமிழ்ப் பெண்ணிய விவாதங்களை முன்வைக்கும் கட்டுரைகள், *2010)*, "நிழல் வலைக்கண்ணிகள்", சாதியையும் பாலியலையும் ஆராயும் பெண்ணியக் கட்டுரைகள், *2011)*, "ஆண் குறி மையப் புனைவைச் சிதைத்த பிரதிகள்", (தமிழ் நவீனப்பெண் கவிஞர்களின் கவிதைகள் குறித்த மீளாய்வுக் கட்டுரைகள், *2011)* ஆகிய கட்டுரை நூல்களை எழுதியிருக்கிறார்.

கல்லுடைக்கும் தொழிலாளர்களின் உரிமைகளைப் பேசும் 'கல் மனிதர்கள்' என்ற முழுநீள ஆவணப்படத்தை இயக்கியிருக்கிறார். ஆஸ்கர் விருது வென்ற இசையமைப்பாளர் ஏ.ஆர்.ரஹ்மான் அவர்களின் 'இரசாயன ரோஜாக்கள்' இசை ஆல்பத்தில் பாடல்கள் எழுதியிருக்கிறார். மரியான், அருவி எனத் தொடர்ந்து, திரைப்படங்களுக்குப் பாடல்கள் எழுதிவருகிறார். 'சிறகு', *(2019)* என்ற முழுநீளத்திரைப்படத்தை *First Copy Productions* மாலா மணியன் தயாரிப்பில், இயக்கியிருக்கிறார்.

பெண்ணியம், சாதிய மறுப்பு, மனித உடல் கருத்தாக்கங்கள், பௌத்தம், திரைவெளி ஆகியவை இவரது மையச் செயல்பாட்டு வெளிகளாகும்.

www.ingramcontent.com/pod-product-compliance
Lightning Source LLC
LaVergne TN
LVHW040822051026
849519LV00007BA/2709